നല്ല അയൽക്കാരൻ

nalla ayalkkaran
novels

•

shihabuddin poythumkadavu

•

first chintha edition
march 2011

•

typesetting
star communications, thiruvananthapuram

•

published
chintha publishers, thiruvananthapuram

•

printed

•

cover
vinod

•

illustration
namboothiri, ashok adhithyapuram

വിതരണം

ദേശാഭിമാനി ബുക്ക് ഹൗസ്

H O തിരുവനന്തപുരം–695 001

ബ്രാഞ്ചുകൾ

ഓവർബ്രിഡ്ജ് തിരുവനന്തപുരം • കെ എസ് ആർ ടി സി ബസ് സ്റ്റേഷൻ ആലപ്പുഴ • കെ എസ് ആർ ടി സി ബസ് സ്റ്റേഷൻ എറണാകുളം • ഐ ജി റോഡ് കോഴിക്കോട് • മാവൂർ റോഡ് കോഴിക്കോട് • എൻ ജി ഒ യൂണിയൻ ബിൽഡിങ് കണ്ണൂർ • സെൻട്രൽ ബസ് ടെർമിനൽ കോംപ്ലക്സ് താവക്കര കണ്ണൂർ • മച്ചിങ്ങൽ ലെയ്ൻ തൃശൂർ

CO - 1568 / 2684

നല്ല അയൽക്കാരൻ

നോവലുകൾ

ശിഹാബുദ്ദീൻ പൊയ്ത്തുംകടവ്

ചിന്ത പബ്ലിഷേഴ്സ്
തിരുവനന്തപുരം-695 001

ശിഹാബുദ്ദീൻ പൊയ്ത്തുംകടവ്

1963 ൽ കണ്ണൂർ ജില്ലയിലെ വളപട്ടണത്ത് ജനിച്ചു. പിതാവ്: സി പി ഇബ്രാഹിം. മാതാവ്: ഖദീജ. ഹിദായത്തുൾ ഇസ്ലാം എൽ പി സ്കൂൾ, രാമജയം യു പി സ്കൂൾ, അഴീക്കോട് ഹൈസ്കൂൾ, വളപട്ടണം ഗവൺമെന്റ് ഹൈസ്കൂൾ, തലശ്ശേരി ഗവൺമെന്റ് ബ്രണ്ണൻ കോളേജ് എന്നിവിടങ്ങളിൽ വിദ്യാഭ്യാസം. *ആർക്കും വേണ്ടാത്ത ഒരു കണ്ണ്, മഞ്ഞുകാലം, മലബാർ എക്സ്പ്രസ്, ശിഹാബുദ്ദീന്റെ കഥകൾ, തെരഞ്ഞെടുത്ത കഥകൾ* (കഥാസമാഹാരങ്ങൾ) *ഈർച്ച, നല്ല അയൽക്കാരൻ, ആലിവൈദ്യൻ* (നോവലെറ്റുകൾ) *കഥാപാത്രം വീട്ടുമുറ്റത്ത്* (ലേഖനസമാഹാരം) *കടൽമരുഭൂമിയിലെ വീട്, നൂറ്റാണ്ടുകളായി കാത്തുവച്ചത്* (കവിതാ സമാഹാരം) *ജീവപര്യന്തം* (ഓർമ്മകൾ) എന്നിവയാണ് പ്രധാനകൃതികൾ.

നിരവധി ടെലിസീരിയലുകൾക്ക് തിരക്കഥകൾ രചിച്ചിട്ടുണ്ട്. *കബർ* എന്ന ടെലിഫിലിം സംവിധാനം ചെയ്തു.

വി ടി ഭട്ടതിരിപ്പാട് അവാർഡ്, അബുദാബി കേരള സമാജം അവാർഡ്, എസ് ബി ടി കഥാപുരസ്കാരം, പി പത്മരാജൻ അവാർഡ്, കേരള സാഹിത്യ അക്കാദമി അവാർഡ് എന്നിവ നേടിയിട്ടുണ്ട്. വിവിധ യൂണിവേഴ്സിറ്റികളിൽ കഥകൾ പാഠപുസ്തകമാണ്. ഹിന്ദി, കന്നട, തെലുങ്ക്, തമിഴ്, ഇംഗ്ലീഷ് ഫ്രഞ്ച് ഭാഷകളിലേക്ക് കഥകൾ മൊഴിമാറ്റം ചെയ്യപ്പെട്ടിട്ടുണ്ട്.

സഹധർമിണി	:	നജ്മ എം കെ
മക്കൾ	:	റസൽ, റയാൻ, റസിയ, സഹീർ
വിലാസം	:	വളപട്ടണം പി ഒ കണ്ണൂർ 10
ഇ–മെയിൽ	:	shihabkadavu@yahoo.com
blog	:	namukkidayil.blogspot.com

ഉള്ളടക്കം

ബംഗാളിലെ കൂറ

1

ഹംസ വക്കീല് പറഞ്ഞ കഥ

ഇത് ഹംസവക്കീൽ. ആറടി ഉയരം, വെളുത്തു തടിച്ച ശരീരം. മുറുക്കാൻ ചവച്ച ചുവന്ന ചുണ്ടുകൾ. കണ്ണിൽ കലയും തമാശയും കലർന്ന ഭാവമാണെപ്പോഴും. എൽ എൽ ബി പരീക്ഷയിൽ ഒന്നാം റാങ്കുകാരനായ വക്കീലാണ് ഇയാളെന്ന് ഒറ്റനോട്ടത്തിൽ ആരും പറയില്ല. അദ്ദേഹത്തിന്റെ പെരുമാറ്റത്തിലെവിടെയും റാങ്കിന്റെ മണമോ ശല്യമോ ഇല്ല.

ആൾ ഇംഗ്ലീഷിന്റെയും ഇംഗ്ലീഷ് സാഹിത്യത്തിന്റെയും ഒരു അഥോറിറ്റിയാണ്. പക്ഷേ, ഹംസവക്കീൽ സംസാരിക്കുമ്പോൾ മരുന്നിനു പോലും നിങ്ങൾക്കൊരു ഇംഗ്ലീഷ് പദം വീണുകിട്ടില്ല. വടക്കേ മലബാറിലെ ഒരു നാടൻ കാക്ക ചാരുകസേരയിലിരുന്ന് മുറുക്കിത്തുപ്പി വർത്തമാനം പറയുന്ന പ്രതീതിയാണ് മൂപ്പരുടെ വക്കീലാഫീസിൽ ചെന്നിരുന്നാൽ നിങ്ങൾക്കുണ്ടാവുക.

അതുകൊണ്ട് –

അതുകൊണ്ട് ആർക്കും എപ്പോഴും ഏതു നാടൻ കാക്കയ്ക്കും യാതൊരുവിധ മനഃചാഞ്ചല്യവും കൂടാതെ ഈ ആപ്പീസിനകത്തേക്ക് കയറിവരാം. നാലു ജൂനിയർ വക്കീലന്മാരും ഒരു ടൈപ്പിസ്റ്റും നിങ്ങളെ സ്നേഹാദരങ്ങളോടെ തന്നെ സ്വീകരിച്ചിരുത്തും.

ഈസിച്ചെയറിലിരുന്ന് കാലുകളാട്ടി നിങ്ങളുടെ കേസ് പഠിക്കുമ്പോഴും നിങ്ങളോട് സംസാരിക്കുമ്പോഴും ഹംസവക്കീലിന്റെ വെളുത്ത ചുവന്ന മുഖത്ത് മുറുക്കാൻ ചാറിന്റെ പാട്. പല്ലുകളിൽ നിന്ന് എപ്പോഴും മുറുക്കാൻ ചതയുന്നതിന്റെ ഒച്ച. ഈസിച്ചെയറിനു തൊട്ടുതാഴെ വലിയൊരു കോളാമ്പി.

കോളാമ്പിയിലേക്ക് ആഞ്ഞുതുപ്പുന്നതിനിടയിൽ മുറിയിലേക്കു കടന്നുവന്ന നിങ്ങളോട് ഇരിക്കാൻ ആഗ്യംകാട്ടി അദ്ദേഹം കക്ഷിയെ തറപ്പിച്ചു നോക്കുന്നു.

"ഉം... എന്തുപറ്റി?"

നിങ്ങൾ വന്നകാര്യം പറയുന്നു. ഒടുവിൽ കൂട്ടിച്ചേർക്കുന്നു. "അതുകൊണ്ട് ഒരു കേസ് ഫയൽ ചെയ്യണം."

ഹംസവക്കീല് ഇരയെയും കാത്തിരിക്കുന്ന എട്ടുകാലിയല്ല. മനുഷ്യസ്നേഹത്തിലും വിട്ടുവീഴ്ചയിലും അഗാധമായി വിശ്വസിക്കുന്ന ആളാണ്. ഹംസവക്കീല് നിങ്ങളെ നിരുത്സാഹപ്പെടുത്തുന്നു.

"ഈ ഹലാക്കിന്റെ കേസും ഗുലുമാലിനൊന്നും നിങ്ങള് നിക്കണ്ട. ഒത്തുതീർപ്പിന് എന്തൊക്കെ വഴീണ്ട്?"

വന്ന കക്ഷി (നിങ്ങളായാലും) ഒന്നു പരുങ്ങുന്നു. ഇതാരപ്പൊ ഗാന്ധിയോ? കേസ് ഫയൽ ചെയ്യാനും വാദിക്കാനും ജയിക്കാനുമാണ് കോട്ടിട്ട് ഇയാൾ ഇരിക്കുന്നത്. (കേസുകൊടുത്ത് മറ്റവന്റെ പണി തീർക്കണം. അതിനാണല്ലോ നിങ്ങൾ വന്നത്. നിങ്ങളുടെ ചോരയിൽ ഇപ്പോഴും ശത്രുവിനോടുള്ള അടങ്ങാത്ത പകയും ചൂടുമുണ്ട്.)

നിങ്ങളുടെ മനോഗതം അക്ഷരത്തെറ്റ് കൂടാതെ വായിച്ചിട്ട് ഹംസവക്കീൽ മുറുക്കാൻ ചണ്ടിയുടെ അവശിഷ്ടം കോളാമ്പിയിലേക്ക് തുപ്പിക്കൊണ്ട് പറയുന്നു.

"ഇപ്പറഞ്ഞതിന് നിങ്ങക്കെന്നോട് നീരസം തോന്നി, അല്ലേ? ഈ കോടതീം കേസും എന്നൊക്കെ പറേന്നത് ഒരുതരം നരകാ പുയ്യാപ്ലേ. എന്തെങ്കിലും ഒരു വഴീണ്ടെങ്കില് ഈ വഴിക്ക് വരര്ത്. വന്നുപെട്ടാ പിന്നെ തലയൂരാനാവൂല."

നിങ്ങൾ തിരിച്ചു പറഞ്ഞു തുടങ്ങുന്നു.

"അല്ല സാർ. തറവാട് ഭാഗം വെക്കുമ്പോൾ എനിക്കു കിട്ടിയ പതിനഞ്ചു സെന്റിൽ ആകപ്പാടെയുള്ള ഒരു പ്ലാവാ. അത് അതിർത്തി പ്രശ്നോം പറഞ്ഞ് മൂത്ത ഏട്ടൻ തട്ടിയെടുക്കാനുള്ള ശ്രമത്തിലാ. വിട്ടുകൊടുക്കണംന്ന് പറഞ്ഞാ...

കൂടുതൽ പറയാനനുവദിക്കാതെ ഹംസവക്കീല് പറയുന്നു.

"ഒന്നും പറയണ്ട. ഒക്കെ എനിക്കറിയാം. രേഖയിൽ വളരെ വ്യക്തമായി പതിനഞ്ച് സെന്റ് സ്ഥലം എന്ന് സൂചിപ്പിച്ചിട്ടുണ്ടല്ലോ ഏത് കാലത്തായാലും ഭൂമി അളന്നു നോക്കുമ്പോൾ നിങ്ങളുടെ പതിനഞ്ചിന് എന്തെങ്കിലും സംഭവിക്കുമോ? ഇല്ല."

അതിർത്തി പ്രശ്നവുമായി നിങ്ങൾ പറയുന്നു.

"അല്ല, പതിനഞ്ചിന് ഒന്നും സംഭവിക്കില്ലെങ്കിലും പ്ലാവ്..."

ഹംസവക്കീൽ എടുത്തടിക്കും പോലെ പറയുന്നു.

"ഒലക്കപ്പുണ്ണാക്ക്!"

ഈ ഒലക്കപ്പുണ്ണാക്ക് ഒരു കക്ഷിയെന്ന നിലയിൽ നിങ്ങൾ പ്രതീക്ഷിക്കാത്തതാണ്.

ഒരു വക്കീലിന്റെ വായിൽ നിന്നു വരേണ്ടതല്ല. അതുകൊണ്ടുതന്നെ നിങ്ങൾ ചൂളിപ്പോകുന്നു. നിശ്ശബ്ദനായിപ്പോകുന്നു.

ഈ നിശ്ശബ്ദതയിൽക്കയറി ഹംസവക്കീല് സെൻട്രൽ പോയിന്റ് കഴിഞ്ഞ് നിങ്ങളുടെ പോസ്റ്റിലേക്ക് പന്തുരുട്ടുന്നു.

"ഏട്ടന്റെ വളപ്പില് ഒരു പ്ലാവ് കേറി നിന്നൂന്ന് കരുത് നിങ്ങൾക്ക് എന്തു ചേതാ വരാനുള്ളത്? പകരം അനിയന്റെ പറമ്പ്ന്ന് രണ്ട് തേങ്ങാ കിട്ടുന്നത്. പിന്നെ പ്ലാവിന്റെ കാര്യം, ഞാനൊന്ന് ചോദിക്കട്ടെ, ഈ പ്ലാവ് ആരാ നട്ടത്? ഇതുപോലെ എങ്കോണിച്ചു കിടക്കുന്ന ഭാഗത്ത് ബുദ്ധിയുള്ള ആരും പ്ലാവ് നടില്ല. ഒറപ്പാ. പിന്നെയെങ്ങനെ അവിടെ പ്ലാവ് വന്നുവെന്നല്ലേ. അതന്വേഷിക്കുമ്പോ നിങ്ങക്കരിയും പ്ലാവിന്റെ അവകാശി നിങ്ങളാരും അല്ലാന്ന്. ഏതോ പറമ്പിൽ നിന്നും ഒരു ചക്കച്ചുളയുമായി പറന്നു വരുന്ന ഏതോ ഒരു കാക്കയുടെ കൊക്കിൽ നിന്ന് വഴുതിവീണ വെറുമൊരു കുരുവായിരുന്നെടോ ഇപ്പൊ നിങ്ങൾക്കൊക്കെ ആനക്കാര്യമായി നിൽക്കുന്ന ഈ കുന്ത്രാണ്ടം."

"സർ അതുകൊണ്ട്?"

"അതുകൊണ്ട് നിങ്ങളാ പ്ലാവ് ഏട്ടന് വിട്ടുകൊടുക്കണം. അനുജന്റെ രണ്ട് തെങ്ങ് കിട്ടുന്നുണ്ടല്ലോ."

"അനുജൻ പ്രശ്നമുണ്ടാക്കില്ലേ?"

"കേസു കൊടുക്കും. അത്രയല്ലേയുള്ളൂ. ഓനും ഈ ആപ്പീസ് തന്നെയാ വരാ. അപ്പം ഞാൻ പറഞ്ഞോളാം. നിങ്ങളിപ്പം പോ പോ..."

ഒരു ഫാൻസിക്കഥ വായിച്ചതുപോലെ ആകെ കലങ്ങിമറിഞ്ഞ ധാരണകളുമായി ഹംസവക്കീലിന്റെ ഓഫീസിൽ നിന്ന് നിങ്ങളിറങ്ങിപ്പോകുമ്പോൾ തീർച്ചയായും ചില പാഠങ്ങൾ നിങ്ങൾ പഠിച്ചിരിക്കും. ചുരുങ്ങിയ പക്ഷം രണ്ടു പാഠങ്ങളെങ്കിലും.

ഒന്ന് – തർക്കഭൂമിയിലെ യഥാർഥ പ്ലാവ് കാക്കയുടേതാണ്.

രണ്ട് – ഒരു പ്ലാവ് വിട്ടുകൊടുത്താൽ രണ്ട് തെങ്ങുകൾ കിട്ടും.

2

പ്രതികാര പ്രണയം

കഴിഞ്ഞ അധ്യായത്തിൽ നിങ്ങൾ ഹംസവക്കീലിനെ പരിചയപ്പെട്ടുവല്ലോ. സംസാരിച്ചു വരുമ്പോൾ നിങ്ങൾക്കു തോന്നും — അതിപ്രശസ്തനായ ഈ വക്കീൽ നിങ്ങളുടെ ഒരു കുടുംബാംഗം പോലെയാണ്. പറഞ്ഞു തീർക്കലിന്റെ ഒരു കച്ചിത്തുമ്പെങ്കിലും ബാക്കി കിടപ്പുണ്ടെങ്കിൽ, പ്രശ്നം കോടതിയിലെത്താതിരിക്കാൻ അദ്ദേഹം ആത്മാർഥമായി പ്രയത്നിക്കും.

എന്നിട്ടും

ഹംസവക്കീൽ ദുഃഖത്തോടെ എന്നോടു പറയുന്നു.

"എന്നിട്ടും എന്റെ ശിഹാബ്ബുദ്ദീനേ, കേസോട് കേസാണ്. ഓഫീസിൽ ഒന്ന് ഇളകിയിരിക്കാൻ നേരമില്ല."

എനിക്കു ചിരി വന്നു.

കേസില്ലാ വക്കീലിന്റെ ദുഃഖം നമുക്കു മനസിലാക്കാം. കേസ് കൊണ്ടു നിറഞ്ഞു കവിയുന്ന ഒരു വക്കീലിന്റെ ദുഃഖമോ?

അതാണ് ഹംസവക്കീൽ. സ്നേഹവും പരസ്പര സൗഹാർദവുമാണ് അദ്ദേഹത്തിന്റെ ലോക സങ്കൽപ്പത്തിലേക്കുള്ള വഴികൾ.

എന്നിട്ടും നമ്മുടെ ജനത പിഴച്ചുപോകുന്നു. എത്ര പറഞ്ഞാലും അവർ കോടതി വ്യവഹാരത്തിന്റെ അന്ധമായ ഭ്രാന്തിലേക്കു ചെന്നു പതിക്കുന്നു. എത്ര പറഞ്ഞാലും ആളുകൾ.. ഈ മനിശന്മാർക്ക് പിരാന്താ.

പറഞ്ഞു വരുമ്പോൾ ഹംസവക്കീലിന്റെ മുഖം ചുവക്കുന്നു. കണ്ണുകളിൽ കലി.

നേരത്തെ പറഞ്ഞല്ലോ, ഹംസവക്കീലിന്റെ കണ്ണുകളിൽ രണ്ടു ഭാവമാണ്, ഒന്ന് - കലി, രണ്ട് - തമാശ.

തിരക്കൊഴിഞ്ഞ ഇടവേളകളിലൊക്കെ ഞാനും ഹംസവക്കീലും

പാർക്കിലും കടപ്പുറത്തുമിരുന്ന് നാട്ടുവർത്തമാനങ്ങൾ പറയുന്നു. ചിലപ്പോൾ അദ്ദേഹത്തിനു പറയാനുണ്ടാവുക, ഒരു തമാശക്കഥയാവും, അല്ലെങ്കിൽ അദ്ദേഹത്തിന്റെ ധാർമികരോഷം കൊള്ളിച്ച ഒരു കഥ.

മറ്റു വക്കീലന്മാരെപ്പോലെ, ഹംസവക്കീലിന് തന്റെ ഔദ്യോഗിക ജീവിതവും സ്വകാര്യ ജീവിതവും രണ്ടും രണ്ടല്ല, ഒന്നാണ്. അദ്ദേഹം ഈ ഒഴിവുനേരത്തും അയവിറക്കുന്നതും വികാരം കൊള്ളുന്നതും ഈ കഥകളിൽ പെട്ടുതന്നെ. കലിയും തമാശയും ഇടകലർന്ന ഒരു കഥ ഈയിടെ അദ്ദേഹം എന്നോട് പറയുകയുണ്ടായി. ആ കഥയാണ് ഈ ലഘുനോവലിനാധാരം.

ഇതൊര് അസാധാരണമായ കഥയല്ലേ. സംശയാലുവായ ഭാര്യ - ഒരു സാധാരണ കഥാപാത്രമാണ്. സംശയാലുവായ ഭർത്താവും അങ്ങനെ തന്നെ. ഹംസവക്കീലിന്റെ കേസ് ഡയറിയിലെ ഈ കഥയ്ക്കു മറ്റു ചില പ്രത്യേകതകൾ കൂടിയുണ്ട്. വായനക്കാരെ നിങ്ങളറിയാൻ ഞാനത് പങ്കുവെക്കുന്നു.

കെട്ടിലകത്ത് മമ്മൂഞ്ഞി ഹാജിയുടെ മൂത്തമകൾ സീനത്തും പൂഴിക്കണ്ടത്തിൽ അബ്ദുവും തമ്മിൽ പ്രണയബദ്ധരായി. കെട്ടിലകത്ത് മമ്മൂഞ്ഞി ഹാജിയുടെയും അബ്ദുവിന്റെയും കുടുംബപരിതസ്ഥിതിക്ക് അജഗജാന്തരം. ഹാജി വലിയ തറവാട്ടുകാരൻ, സാമ്പത്തിക ക്ഷയം വന്നുതുടങ്ങിയെങ്കിലും നാലാളെ അറിയിക്കാൻ ഗോൾഡൻ റാഡോ വാച്ചുംകെട്ടി ശുജായിയായി നടക്കുന്നവനാണ് ഹാജി. പണ്ട് അയാളുടെ തറവാട്ടിൽ പതിനഞ്ച് ആനകളുണ്ടായിരുന്നു. ആനയുടെ വലുപ്പം ഇടയ്ക്കിടെ ഓർമിക്കുന്ന ഒരേയൊരു ദൗർബല്യമേ മമ്മൂഞ്ഞി ഹാജിക്കുള്ളൂ. ആൾ തനി യാഥാസ്ഥിതികൻ.

സീനത്ത് പത്താംക്ലാസ് പാസായി. ഫസ്റ്റ് ക്ലാസും ഡിസ്റ്റിംഷനും ഉണ്ട്. പക്ഷേ, കോളജിലയയ്ക്കാൻ മമ്മൂഞ്ഞിഹാജി വിസമ്മതിച്ചു. പഠിപ്പിച്ച് ഓളെ 'ഉദ്യോഗസ്ഥ'യാക്കാനൊന്നും ഉദ്ദേശിക്കുന്നില്ലെന്ന് മമ്മൂഞ്ഞി ഹാജി. താൻ ഉദ്യോഗസ്ഥയാവുമെന്ന് സീനത്ത്.

വിടൂല്ലാന്ന് ഉപ്പ. വിടണമെന്ന് മോള്. പെണ്ണ് പുറത്തിറങ്ങിയാൽ ചീത്തയാകുമെന്ന് ഹാജി. താനിനി ചീത്തയായിട്ടേ ബാക്കി കാര്യമുള്ളൂന്ന് സീനത്ത്. പക്ഷേ, അവളത് ഉറക്കെ പറഞ്ഞില്ല. മനസിൽ പ്രതികാരം പോലെ വാശിപോലെ കൊണ്ടുനടന്നു.

അങ്ങനെയാണ് മുക്കിലെ ഹോൾസെയിൽ അരിപ്പീടികയിൽ കണക്കെഴുതുന്ന അബ്ദുവുമായി സീനത്ത് പ്രണയത്തിലാകുന്നത്. ഇത്രയും അടച്ചുറപ്പുള്ള ഒരു വീട്ടിൽ നിന്ന് എങ്ങനെ പെണ്ണ് പ്രേമിക്കാനവസരം കണ്ടെത്തി, അബ്ദുവെങ്ങനെ സീനത്തിനെ കണ്ടെത്തി, എന്നൊന്നും നിങ്ങളെന്നോട് ചോദിക്കരുത്. ഹംസവക്കീലിന്റെ ഭാഷയിൽ പറഞ്ഞാൽ നെല്ല് ഇവിടെയുണ്ടെങ്കിൽ കൂറ ബംഗാളിൽ നിന്ന് വരും.

അബ്ദു അതിസുന്ദരനായൊരു ചെറുപ്പക്കാരൻ. ഒരേയൊരു കുഴപ്പം. തല അറേബ്യൻ മണലാരണ്യം പോലെയാണ്. പച്ചപ്പ് വളരെ കുറവ്.

സംഗതി ഒരുവിധം പരിഹരിച്ച് മുന്നോട്ടു കൊണ്ടുപോകുന്നത് ഒരു ജർമൻ വിഗ്ഗാണ്. ഉറുപ്പിക നാലഞ്ചായിരം ചെലവാക്കിയെങ്കിലും അബ്ദു കീഴടക്കിയത് ഒരു യൗവനത്തെ തന്നെയാണ്.

സീനത്തും അതിസുന്ദരിയായ ചെറുപ്പക്കാരി. ഉള്ളിൽ ഇത്തിരിയൊക്കെ വാശി (അത് ഉപ്പയോട് മാത്രം) ഉണ്ടെങ്കിലും പരമപാവം. ജീവിതത്തിലാദ്യമായി ഒരേയൊരു ആണിന്റെ മുഖത്തു മാത്രമേ സൂക്ഷിച്ചു നോക്കിയിട്ടുള്ളൂ – അബ്ദുവിന്റെ മുഖത്ത്.

ഒരു പെണ്ണിനെയും പ്രേമിച്ചു വശത്താക്കാൻ അബ്ദുവിനു കഴിയില്ല. കാരണം പെണ്ണ് മുഖത്തു നോക്കുമ്പോൾ തന്നെ അബ്ദുവിനു മേലാസകലം വിറയലാണ്. ഉള്ളംകൈയും കാലും വിയർത്ത് പരവശനാകും.

മനസ്സിൽ ഒരുപാട് പെണ്ണുങ്ങളെ ധീരമായി പ്രേമിച്ചവനാണ് അബ്ദു. പക്ഷേ, പേടികൊണ്ട് ആരോടും ഇക്കഥ പറഞ്ഞിട്ടില്ല. പ്രേമിച്ച പെൺകുട്ടികളോടു പോലും!

എന്നിട്ടും അബ്ദു എങ്ങനെ സീനത്തിനെ പ്രേമിച്ചു.

സീനത്തിനെപ്പോലുള്ള ഒരു അതിസുന്ദരിയെ വീണുകിട്ടി?

ഒരു മഴയുള്ള രാത്രി. വീട്ടിലെ എല്ലാ ജനാലകളും കൊട്ടിയടച്ച്, പേടിച്ച് പേടിച്ച് അബ്ദു ഒരു പ്രണയലേഖനമെഴുതി. ജീവിതത്തിലാർക്കും ഒരു 'സ്വകാര്യകത്ത്' അബ്ദു എഴുതിയിട്ടില്ല. ഉണ്ട്. ഒരെഴുത്ത് എഴുതിയിട്ടുണ്ട്.

മലയാള മനോരമ വാരികയ്ക്ക്. ഡോ. പി എം മാത്യുവിനാണ് ആ കത്ത്. നാലഞ്ച് കൊല്ലം മുമ്പാണത്.

തന്റെ സ്വന്തം പേരുവെക്കാതെയായിരുന്നു. ആ കത്ത് ഇങ്ങനെയാണ്.

പ്രിയ ഡോക്ടർ,

ശീഘ്രസ്ഖലനത്തിന് മരുന്നുണ്ടോ? ഉണ്ടെങ്കിൽ ഏതു പീടികയിൽ കിട്ടും?

വാരികയിലൂടെ എത്രയും പെട്ടെന്നു മറുപടി പ്രതീക്ഷിച്ചുകൊണ്ട്

വിനയപൂർവം

സ്വന്തം ഒ എം കെ

ഒതളശ്ശേരി

(ഒപ്പ്)

3

ബംഗാളിലെ കൂറ

നമുക്ക് ഹംസവക്കീലിന്റെ ഭാഷയിൽ തന്നെ തുടരാം. നെല്ല് ഇവിടെയുണ്ടെങ്കില് കൂറ ബംഗാളിൽ നിന്ന് വരും. അതാ ഇദ്ദുനിയാവ്. കേറിക്കിടക്കാൻ ഒരു കൂരപോലുമില്ലാത്തവർക്ക് കുട്ടികളുണ്ടാവ്ന്നില്ലേ? അതെങ്ങനെ ഇവരാരും അറിയാതെ സാധിച്ചെടുക്കുന്നു എന്നു ചോദിച്ചാൽ അതിനു മറുപടിയില്ല.

അതുപോലെ തന്നെ മറുപടിയില്ലാത്ത ചോദ്യമാണിതും. അബ്ദു-സീനത്ത് പ്രണയത്തിന്റെ കൊടുമുടിയിലെത്തി. ഹോൾസെയിൽ അരിപ്പീടികയിൽ നിന്ന് അബ്ദു വൈകുന്നേരം ഒന്ന് നിസ്കരിച്ചിട്ട് വരുന്നേ എന്നു പറഞ്ഞിട്ട് ഒരിറക്കമുണ്ട്. ഈ ഇറക്കത്തിലാണ് അവരുടെ മുഖാമുഖം.

മുക്കിലെ ആ വിജനമായ ഇടവഴിയിലെ തരിശായിക്കിടന്ന ഭൂമി പുഷ്പിണിയായി. പക്ഷേ നാസാരന്ധ്രത്തിന് പ്രവർത്തനശേഷി കൂടുതലുള്ള സ്ഥലത്തെ പൂഴിക്കണാരേട്ടൻ ഈ ബന്ധം കണ്ടുപിടിക്കുകയും വിവരം കെട്ടിലകത്ത് മമ്മൂഞ്ഞിഹാജിയെ അറിയിക്കാനും ഇടയായി.

പിന്നെയുള്ള പുകില് എന്താണെന്ന് പ്രത്യേകം പറയേണ്ടതില്ലല്ലോ. അടി, ഇടി, ചവിട്ട്, നിലവിളി, പിടിച്ചുവെക്കൽ, മധ്യസ്ഥം, നിരാഹാരം എനിക്കു പൂഴിക്കണ്ടത്തിൽ അബ്ദുക്കാനെയല്ലാതെ ലോകത്തെ വേറെയൊരാളെയും വേണ്ടെന്നു സീനത്ത്.

ഹാജി നിസ്സഹായനായി.

നിസ്സഹായതയും കോപവും ഇടകലർന്ന് ഹാജി ഒരു ചോദ്യം

"നിനക്ക് അബ്ദുവിനെ മതിയെങ്കിൽ അബ്ദു. പക്ഷേ ഒരു കരാർ. ഏതെങ്കിലും വലിയ കുടുംബത്തിലെ അബ്ദുവായിരിക്കും അത്."

സീനത്ത് ഒരൊറ്റ നിലവിളി.

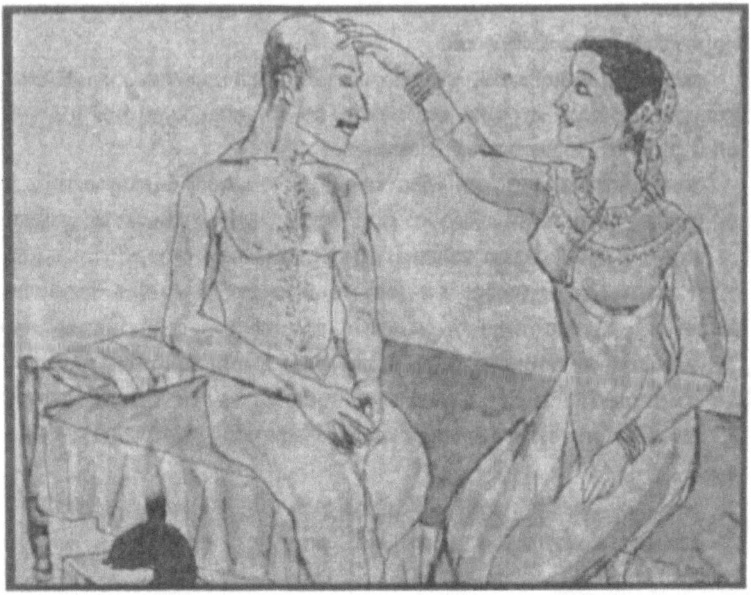

“എനിക്ക് പൂഴിക്കണ്ടത്തിൽ അബ്ദുക്കാനെയല്ലാതെ വേറൊരാളേം...”

“ഇല്ലെങ്കിലോ.”

ഞാൻ മരിച്ചു കളയും.

മമ്മൂഞ്ഞി ഹാജിയുടെ നെഞ്ച് ഒരുനിമിഷം പാളിപ്പോയി.

എന്നാലും ഈ പെണ്ണിന്റെ ഒരഹന്തേ, ഇവൾക്ക് മുക്കിലെ പീടികേലെ ഒരു കണക്കെഴുത്തുകാരനെയാണല്ലോ റബ്ബേ കണ്ണിൽ കുടുങ്ങിയത്. ഇതെങ്ങനെ കുടുങ്ങി?

ഈ സമയത്താണ് മമ്മൂഞ്ഞിഹാജിയുടെ ഒരകന്നബന്ധുവും അടുത്ത വക്കീലുമായ ഹംസവക്കീലിന്റെ വരവ്.

പ്രശ്നം വക്കീലിനോട് പറഞ്ഞ് മമ്മൂഞ്ഞി ഹാജി മൂന്നു തവണ മൂക്കു പിഴിഞ്ഞു: പിന്നെ നിലത്ത് എട്ടണ വീണ് പരതുംപോലെ പിറുപിറുത്തു.

എന്നാലും ഇത്ര അദബിലും അടച്ചൊറപ്പിലും ഈ പെണ്ണിനെ പോറ്റി വളർത്തീട്ടും ഇതെങ്ങനെ സംഭവിച്ചു.

ഹംസവക്കീൽ ഒരു തത്വജ്ഞാനിയെപ്പോലെ മുറുക്കാൻ ചണ്ടി തൊണ്ണിന്റെ ഒരുഭാഗത്ത് നാവുകൊണ്ട് നീക്കി. എന്നിട്ട് വായനക്കാരനായ നിങ്ങൾ ഇതിനകം പരിചയപ്പെട്ടു കഴിഞ്ഞ ആ വാക്ക് ആദ്യമായി പറഞ്ഞു.

“നെല്ല് ഇവിടേണ്ടേങ്കില് കൂറ ബംഗാളിൽ നിന്ന് വരും ഹാജിയാരേ. കല്യാണ പ്രായമെത്തി നിൽക്കുന്ന പെൺകുട്ട്യോളുള്ള വീട് ശരിക്കു

പറഞ്ഞാൽ വെടിപ്പുരയാ. പൂഴിക്കണ്ടത്തിൽ അബ്ദുവെന്ന വെറുമൊരു തീപ്പൊരി മതി. അതുകൊണ്ട്... അതുകൊണ്ട് ഉടൻ കെട്ടിച്ചു കൊടുക്കുന്നതാണ് അതിന്റെ ഭംഗി."

അരുതാത്തതെന്തോ കേട്ടതുപോലെ മമ്മൂഞ്ഞി ഹാജി ചെവി പൊത്തി. "ഇപ്പൊത്തന്നെ നാട് മുഴുവൻ അറിഞ്ഞിട്ടുണ്ട് സംഭവം. കൂടുതൽ നാറുന്നതിന് മുമ്പ് നമുക്കിതങ്ങോട്ട് നടത്തണം."

"നിങ്ങളെന്തായിപ്പറേന്നത് ഹംസവക്കീലേ.

നടക്കാൻ പോന്ന കാര്യം...

ഈ കുടുംബത്തില് കയറാൻ ഓന് എന്ത് കുടുംബമഹിമയാ ഉള്ളത്."

"താടിക്ക് തീപിടിച്ചപ്പം നിങ്ങള് കുടുംബമഹിമേം നോക്കി നടക്കുന്നതിൽ യാതൊരർഥവുമില്ല. പൈസേടെ കാര്യത്തില് അൽപ്പം താഴെയാണെങ്കിലും ചെക്കനെന്താ ഒരു കൊറവ്. മുഖത്ത് നല്ല തറവാടിത്തമില്ലേ?

നല്ല അസ്സല് വെളുത്ത നിറം. ഒത്ത ഉയരം. നല്ല സ്റ്റൈലൻ മുടി..."

ഹംസവക്കീൽ വർണനയിൽ മുങ്ങിമുങ്ങിപ്പോകവെ ഹാജി തടഞ്ഞു.

"മതി വക്കീലേ, നമുക്കിതങ്ങട്ട് നടത്താം. എന്നാലും ഓള് ചെയ്ത കടുംകൈ..."

"ഒരു കടുംകൈയും ഇല്ല. പടച്ചവൻ ഇത് നല്ല നിലയിലാക്കിത്തരട്ടെ."

മമ്മൂഞ്ഞിഹാജിയുടെ ചുണ്ടുകൾ മനസില്ലാ മനസോടെ പിറുപിറുത്തു.

"ആമീൻ..."

4

ഒരു മധുരാത്രി സംത്രാസം

വലിയ ആരവങ്ങളില്ലാതെ കൊട്ടും കുരവയുമില്ലാതെ അബ്ദു–സീനത്തുമാരുടെ വിവാഹം കഴിഞ്ഞു.

അൽപ്പം പൊങ്ങച്ചക്കാരനും തറവാടിയുമായ മമ്മൂഞ്ഞിഹാജിക്ക് അതേ പറ്റുമായിരുന്നുള്ളൂ.

കാരണം, ചോദ്യങ്ങൾക്ക് ഉത്തരം പറയാനാവില്ല. പുതിയാപ്പിള ഏതു തറവാട്ടുകാരനാണ്? എന്താണ് തൊഴിൽ? എത്ര സ്ത്രീധനം കൊടുക്കുന്നു? പുതിയാപ്പിളയുടെ ഉപ്പ ആര്? എന്താണ് അങ്ങോർക്ക് ഇടപാട്? ഒന്നിനും പറ്റില്ല.

ആകപ്പാടെ പത്തറുപതു പേര് പങ്കെടുത്ത വിവാഹം. ഏറ്റവും വേണ്ടപ്പെട്ടവർ മാത്രം. ഹംസവക്കീൽ ആ വിവാഹത്തിന് ഓടിച്ചാടി നടന്നു. പ്രധാനപ്പെട്ട കേസുകളൊഴിച്ചതൊക്കെ ജൂനിയർവക്കീലന്മാരുടെ തലയിലിട്ടുകൊടുത്ത് ഹംസവക്കീല് ഓരോ കർമങ്ങൾക്കും സജീവമായി പങ്കെടുത്തു.

സീനത്തിനെ സംബന്ധിച്ചിടത്തോളം കുറച്ച് വിഷമമാണ് തോന്നിച്ചത്. ഉപ്പാക്കെതിരെയുള്ള വാശി കെട്ടടങ്ങി. ഇത്രയും വിചാരിച്ചതല്ല. എങ്കിലും അബ്ദു സ്നേഹിക്കാനറിയുന്ന ഭർത്താവാകും തീർച്ച.

വിവാഹത്തോടടുത്ത ആ ദിവസങ്ങളിലൊക്കെ സീനത്തിൽ, സീനത്തിന്റെ അനുവാദം ചോദിക്കാതെ തന്നെ മധുരസ്വപ്നങ്ങൾ വന്നു നിറഞ്ഞു.

അബ്ദുവിൽ അവൾക്കേറ്റവും ഇഷ്ടപ്പെട്ടത് ആ മനോഹരമായ തലമുടിയാണ്. പിന്നെ വെളുവെളുത്ത ശരീരവും.

തലമുടിയുടെ സ്വപ്നം ടപ്പേന്ന് തകർന്നുവീണു ആദ്യ രാത്രിയിൽ.

ബഹളങ്ങളൊക്കെ കെട്ടടങ്ങി മണിയറയിലേക്ക് കടന്നു വന്ന അബ്ദു

എന്തൊരുഷ്ണം എന്നു പറഞ്ഞ് കോൺസ്റ്റബിൾ തൊപ്പിയഴിച്ച് മേശപ്പുറത്തുവെക്കുന്നതുപോലെ തന്റെ വിഗ് തലയിൽ നിന്നെടുത്തു കട്ടിലിലേക്കിട്ടു.

സീനത്ത് ആകെ ഭയന്നുപോയി.

"ഇത് വിഗ്ഗായിരുന്നോ?"

വിഗ്ഗ് പോയപ്പോഴേക്കും ആളെ തിരിച്ചറിയാനാവാത്ത വിധം മാറിപ്പോയി.

വിഗ്ഗ്.

താൻ മധുരസ്വപ്നം കണ്ടു തലോടിയുറക്കിയ തലമുടിയല്ലേ വെറും വിഗ്ഗായി കിടക്കുന്നത്.

അവൾ പൊട്ടിക്കരഞ്ഞില്ല.

കാരണം അവൾ അബ്ദുവിന്റെ തലയെയല്ല ഹൃദയത്തെയാണ് സ്നേഹിച്ചത്.

ഒരു ശീലത്തിന്റെ പുറത്താണ് അബ്ദു വിഗ്ഗെടുത്തു മാറ്റിയതെങ്കിലും ഓർക്കാപ്പുറത്തു വന്നുപെട്ട അബദ്ധമായെന്ന് അബ്ദുവിനും തോന്നി.

കുറച്ചുകൂടി സാവകാശത്തിലാകാമായിരന്നു – തലയുടെ വിശ്വരൂപം കാണിക്കുന്നത്.

അയാൾ ഒരു നിമിഷം പതറി. പിന്നെ ക്ഷമാപൂർവം പറഞ്ഞു.

"സീനത്തേ... അത്..."

സീനത്ത് അൽപ്പം പരിഭവസ്വരത്തിൽ പറഞ്ഞു.

"നിങ്ങള് ചക്കരയും അവലും കൂട്ടി ഉണ്ടാക്കുന്ന പൊഗിലേസുണ്ടയുടെ കാര്യം പോലും കത്തിലെഴുതി. എന്നാൽ തലയിൽ കമിഴ്ത്തിയ ഈ ഉണ്ടയുടെ കാര്യം പറഞ്ഞില്ല."

അബ്ദുവിനു കുറ്റബോധം തോന്നി.

തെല്ലു പതർച്ചയോടെ അബ്ദു തെറ്റു സമ്മതിക്കുന്ന സ്വരത്തിൽ പറഞ്ഞു.

"അത്... തലയിൽ കമിഴ്ത്തിയ ഈ ഉണ്ടയുടെ കാര്യം പറഞ്ഞാ ഒരുപക്ഷേ എനിക്ക് സീനത്തിനെ നഷ്ടപ്പെട്ടെങ്കിലോ എന്നു കരുതിയാണ്."

സീനത്ത് സ്നേഹപൂർവം ആ കഷണ്ടിത്തലയിൽ തലോടി.

"സാരമില്ല. തലമുടിയിലെന്തിരിക്കുന്നു. പിന്നെ ഞാനൊരു കാര്യം നിങ്ങളുടെ മുന്നിൽ ഒളിപ്പിച്ചുവെച്ചിട്ടുണ്ട്."

"എന്താണത്?"

അബ്ദു ഉദ്വോഗത്തോടെ സീനത്തിനെ ഉറ്റുനോക്കി.

"പറഞ്ഞാ ദേഷ്യം തോന്നുമോ? എന്നോട് വെറുപ്പ് തോന്നുമോ?"

അബ്ദു മിടിക്കുന്ന നെഞ്ചിടിപ്പോടെ പറഞ്ഞു:

"ഇല്ല. പറയൂ എന്താണാ രഹസ്യം?"

"എന്നെ വെറുക്കില്ലല്ലോ."

അബ്ദുവിന്റെ നെഞ്ചിൽ നിന്നും പെരുമ്പറ മുഴങ്ങി – ഡും! ഡും! ഡും!

സീനത്തിന്റെ സ്വരം പതറി.

എന്നോട് ദേഷ്യം തോന്നില്ലെങ്കിൽ നിങ്ങളിൽ നിന്നും ഇത്രയും നാൾ ഒളിപ്പിച്ച ആ രഹസ്യം പറയാം.

"പറയൂ. ഉടൻ പറയൂ. ഇല്ലെങ്കിൽ ഞാൻ മരിച്ചുപോകും."

അവൾ ആ രഹസ്യം പറഞ്ഞു.

"ഒരാക്സിഡന്റിൽ എന്റെ വായിലെ ഇരുപത്തിനാല് പല്ലുകളും നഷ്ടപ്പെട്ടു. ബാക്കിയുള്ള പല്ലുകളും കൂടി പിഴുതെടുത്ത്.."

അബ്ദു ഇടറിയ സ്വരത്തിൽ അക്ഷമനായി ചോദിച്ചു.

"പിഴുതെടുത്ത്..?"

"രണ്ടു സെറ്റ് പല്ലുവെച്ചു. വായിലിപ്പോൾ മുഴുവനും വെപ്പുപല്ലാണ്."

അബ്ദു ഞെട്ടിത്തെറിച്ചു.

സത്യത്തിൽ, അവളുടെ മനോഹരമായ പല്ലുകളെയായിരുന്നു താൻ സ്നേഹിച്ചത്.

അയാൾ ദയനീയമായി സീനത്തിനോടു ചോദിച്ചു:

"നീ പറയുന്നത് സത്യമാണോ?"

"സത്യം. സംശയമുണ്ടെങ്കിൽ ഞാനീ പല്ല് എടുത്ത് മാറ്റാം."

"അയ്യോ... വേണ്ട. വേണ്ട. വേണ്ട..."

അയാൾ കണ്ണുകൾ പൊത്തിക്കളഞ്ഞു.

അവൾ പൊട്ടിച്ചിരിച്ചു.

ചിരിച്ചുകൊണ്ട് ആ മണിയറ മുഴുവൻ കിടുങ്ങിപ്പോയി.

അബ്ദു പതുക്കെ സംശയത്തോടെ തല ഉയർത്തി.

സീനത്ത് ആർത്തു ചിരിക്കുന്നു

അബ്ദു പതുക്കെ പതുക്കെ അവളിലേക്കടുത്ത് പല്ലുകളിൽ തൊട്ടു നോക്കി. അല്ല.

അയാൾ സന്തോഷംകൊണ്ട് ഉറക്കെ പറഞ്ഞു.

"അല്ല, ഇതു വെപ്പുപല്ലല്ല– നല്ല അസ്സൽ പല്ല്. പടച്ച തമ്പുരാൻ ആഴക്കടലിലെ മുത്തുകള് കൊണ്ടുണ്ടാക്കിയ പളപളാ മിന്നുന്ന പല്ല്."

സീനത്ത് ചിരിച്ചാർത്തു.

ആശ്വാസത്തോടെ അയാളും.

5

ചിരി മൂന്നുനേരം

അങ്ങനെ സീനത്തിന്റേയും അബ്ദുവിന്റെയും മധുവിധു കാലം ആഹ്ലാദത്തോടെ കടന്നു പോയി.

ഒരു നിസ്സാര കാര്യത്തിനുപോലും പൊട്ടിച്ചിരിക്കുന്ന പ്രകൃതക്കാരിയാണ് സീനത്ത്.

എന്നാൽ അബ്ദുവാകട്ടെ കുഞ്ചൻ നമ്പ്യാരുവന്ന് നാല് വർത്തമാനം പറഞ്ഞാലും ചിരിക്കില്ല. ചിരിച്ചാൽ തന്റെ വിഗ്ഗ് ഇളകുമെന്നാണ് മൂപ്പരുടെ വിചാരം. വിഗ്ഗിളക്കിയാൽ ഗ്ലാമറ് പോകും. ഗ്ലാമറ് പോയാൽ...

വേണ്ട, അബ്ദുവിന്റെ ചില ധാരണകളും വിശ്വാസങ്ങളും തികച്ചും നിഗൂഢവും സ്വകാര്യതകൾ കലർന്നതുമാകുന്നു എന്നു മാത്രം മാന്യവായനക്കാർ മനസിലാക്കുക. അങ്ങനെയാണ് ഹംസവക്കീൽ പറയുന്നത്.

മധുവിധുവിന്റെ നിറംമാറും മുമ്പുതന്നെ സീനത്തിന്റെ പൊട്ടിച്ചിരി കുറഞ്ഞു. കുറഞ്ഞതല്ല കുറച്ചതാണ്. ഒരുദിവസം എന്തോ കാരണത്തിനു ആർത്താർത്തല്ല സത്യത്തിൽ ഓർത്തോർത്താണ് അവളുടെ ചിരി.

"നിർത്ത്!"

പെട്ടന്നാണവൻ പൊട്ടിത്തെറിച്ചത്.

"ചിരിക്കുമുണ്ടൊരതിര്. കൊറെ നാളായി ഞാനിത് സഹിക്കുന്നു. ആരെ കൊതിപ്പിക്കാനാണു നീയിങ്ങനെ ആർത്തുചിരിക്കുന്നത്? പെണ്ണായാൽ കുറച്ച് അടക്കവും ഒതുക്കവും വേണം..."

അബ്ദു പിന്നെയും എന്തൊക്കെയോ വിളിച്ചുപറഞ്ഞു.

സീനത്ത് ആദ്യം ഒന്നമ്പരക്കുക തന്നെ ചെയ്തു.

ഭാര്യ ചിരിക്കുന്നതു കേട്ടാൽ ഭർത്താവിനു ദേഷ്യം വരുമോ?

അവൾക്കതൊരു പുതിയ അറിവായിരുന്നു. ഭാര്യ ഒന്ന് ചിരിച്ചുകാണാൻ ഹിമാലയ പർവതത്തിൽപ്പോലും ചെന്ന് തപസിരിക്കാൻ തയാറുള്ള ആയിരക്കണക്കിന് ആണുങ്ങളുണ്ട്.

ഒരു വീട്ടിലാകുമ്പോൾ ചിരിയും കളിയും വേണം. മുഖം കുമ്പളങ്ങപോലെ ഉരുട്ടി നടക്കാൻ എന്നെക്കൊണ്ടാവില്ല.

രാത്രി ഉറക്കറയിൽ വെച്ച് സീനത്ത് അതിനുള്ള മറുപടി ഇങ്ങനെ അവതരിപ്പിച്ചു. ഇതുകേട്ട അബ്ദു പുറംതിരിഞ്ഞു കിടന്നു.

അബ്ദു പറഞ്ഞു.

"ചിരിക്കുമുണ്ട് ഒരതിര്. നീ ഇങ്ങനെ ചിരിക്കുന്നത് സത്യത്തില് മറ്റാരോ കേൾക്കാനല്ലേ?"

സീനത്തിന് പെട്ടെന്ന് ഒന്ന് പൊട്ടിച്ചിരിക്കാനാണ് തോന്നിയത്. അവൾ തന്റെ വാ സ്വയം പൊത്തിപ്പിടിച്ചു ചിരി നിയന്ത്രിച്ചു.

"മറ്റാര് കേൾക്കാനാണ്. ശരിക്കുപറഞ്ഞാല് ഞാൻ ചിരിക്കുന്നത് എനിക്കു കേൾക്കാനാണ്. നിങ്ങള് പറേണത് എനിക്കു മനസിലാവുന്നില്ല."

അവൾ നിഷ്ക്കളങ്കമായി പറഞ്ഞു.

"നീയെന്നെ പൊട്ടനാക്കാനൊന്നും നോക്കേണ്ട. പണത്തിനും തറവാടിത്തത്തിലുമേ ഞാനൽപ്പം കുറഞ്ഞുപോയിട്ടുള്ളു."

അവൾക്ക് കുറേശ്ശെ കരച്ചില് വരാൻ തുടങ്ങിയിരുന്നു.

"നിങ്ങളെന്തൊക്കെയാണീ പറേന്നത്. സത്യമായിട്ടും എനിക്കൊന്നും മനസിലാവുന്നില്ല. ചിരിക്കാൻ പാടില്ലെങ്കില് ഞാൻ ചിരിക്കുന്നില്ല പോരേ."

"അബ്ദു പറഞ്ഞു. തീരെ ചിരിക്കാതിരിക്കേണ്ട. കുറേശ്ശെ ചിരിക്കാം."

"എപ്പോഴൊക്കെ?"

"രാവിലെ, ഉച്ചയ്ക്ക്, രാത്രി ഇങ്ങനെ മൂന്നുനേരം. രാവിലെ ഞാൻ ജോലിക്ക് പോകുമ്പോൾ, ഉച്ചയ്ക്ക് ചോറ് തിന്നാൻ വരുമ്പൊ രാത്രി..." അബ്ദു ഗൗരവത്തിൽ വിരല് നീട്ടിമടക്കി പറഞ്ഞു.

ആകെ മൂന്നു നേരം.

സീനത്തിന് ചിരി നിയന്ത്രിക്കാനായില്ല.

ചിരിച്ചു മറിയുന്നതിനിടയിൽ അവൾ ചോദിച്ചു.

"മൂന്നുനേരം ചിരിക്കാൻ ഇതെന്താ ഗുളികയോ മരുന്നോ ആണോ?"

"മിണ്ടിപ്പോകരുത്!"

അയാൾ അലറി. അവളുടെ ചിരി മുറിഞ്ഞു. മണിയറ കിടുങ്ങി. ആ കിടുങ്ങൽ കെട്ടിലകത്ത് മമ്മൂഞ്ഞി ഹാജിയുടെ വീടിനെപ്പോലും വിറപ്പിച്ചു.

മമ്മൂഞ്ഞിഹാജിയുടെ ഭാര്യ ചോദിച്ചു.

"എന്താ, എന്താ സീനത്തിന്റെ അറയിൽ നിന്ന് ഒരു ഒച്ച കേട്ടത്."

"ബൾബ് പൊട്ടുന്നതു പോലുള്ള ഒരു ഒച്ച ഞാനും കേട്ട്. ഹാജി പറഞ്ഞു."

ഒരുപക്ഷേ, ആട്ടിൻകൂട്ടിൽ നിന്ന് കുട്ടനാട് തുമ്മിയതാവും.

6

മദിരാശിയിൽ നിന്നും അതിഥി

ആയിടെ സീനത്തിന്റെ ഒരു മച്ചുനിയൻ മദിരാശിയിൽ നിന്നു വന്നു. സീനത്തിന്റെ ഉപ്പാന്റെ പെങ്ങളുടെ മൂത്തമോനാണ് ജിമ്രീസ്. മദിരാശിയിൽ നിന്ന് ഒരുപാട് നാളായി കാണാൻ കൊതിക്കുന്നു. കല്യാണത്തിനു പോലും വിളിച്ചില്ല.

സീനത്തും ജിമ്രീസും ഒന്നിച്ചു വളർന്നതാണ് ചെറുപ്പത്തിൽ. കല്യാണത്തിനു വിളിക്കാത്തതിന്റെ പരിഭവം ജിമ്രീസിന്റെ മനസിലുണ്ട്. അതാണ് വന്നു കയറിയപാടെ സീനത്തിന്റെ ചെവിക്കിട്ട് നല്ല ഒരു നുള്ള് കൊടുത്തത്.

"എന്നെ അറിയിക്കാണ്ട് നീയൊക്കെ കല്യാണം കഴിക്കും അല്ലേ?"

അവൻ റൗഡിയുടെ മട്ടിൽ ഒരു ചോദ്യം

ആയതിനാൽ ഈ നുള്ള് ശിക്ഷയായി ചെവിയിലിരിക്കട്ടെ എന്നും പറഞ്ഞാണ് ജിമ്രിയുടെ നുള്ള്.

സീനത്തും വിട്ടുകൊടുത്തില്ല. നല്ല ഒരു കടി അവളും വെച്ചുകൊടുത്തു.

ചുരുക്കിപ്പറഞ്ഞാൽ നല്ല പൊരിഞ്ഞ യുദ്ധം.

ജിമ്രീസിന്റെ ഉമ്മ ഇതുകണ്ട് മതിമറന്ന് ചിരിച്ചുപോയി. ചിരിക്കുന്നതിനിടയിൽ അവർ കൂട്ടിച്ചേർത്തു.

"എടാ നിന്റെ പഴയ മണ്ണപ്പം ചുട്ടുകളിക്കുന്ന ആ പെണ്ണല്ല; ഒരവകാശിയുള്ളതാ. അടിപിടി മതി വാ."

പക്ഷേ, അടിപിടിക്കുണ്ടോ കുറവ്.

പറഞ്ഞ് തോറ്റപ്പോൾ അവരകത്ത് കടന്നു.

ഈ മൽപ്പിടുത്തവും കണ്ടുകൊണ്ടാണ് അബ്ദുവിന്റെ വരവ്.

സീനത്തിന് പെട്ടെന്ന് കാര്യഗൗരവമുണ്ടായി.

താനിപ്പോഴും പഴയ ആ പത്തുവയസുകാരിയായ കുസൃതിയല്ല. ജിമ്രീസിന്റെ കണ്ണിൽ നാരങ്ങത്തൊലി പിഴിഞ്ഞു നീറ്റിയ സീനത്തല്ല, ഏറെ വളർന്നിരിക്കുന്നു.

പെട്ടെന്ന് നേരിയ ജാള്യത്തോടെ സീനത്ത് പറഞ്ഞു.

"അബ്ദുക്ക."

ജിമ്രീസ് അബ്ദുവിനു നേരെ തിരിഞ്ഞ് ഒരു വളിച്ച ചിരി ചിരിച്ചു.

"സോറി, വൈഫിനെ കാര്യമായൊന്ന് കൈകാര്യം ചെയ്യേണ്ടി വന്നു."

അബ്ദു ഒന്നുകൂടി ഞെട്ടി.

"കാര്യമായി കൈകാര്യം ചെയ്യുകയോ?"

പകച്ചു നിൽക്കുന്ന അബ്ദുവിനു നേരെ തിരിഞ്ഞ് ജിമ്രീസ് കൂട്ടിച്ചേർത്തു.

"കല്യാണത്തിനു വിളിച്ചില്ല. പെണ്ണിനൊരാളെ കിട്ടിയപ്പം കുടുംബക്കാരെ മറന്നു. സോറി. പരിചയപ്പെടാൻ വിട്ടു. ഞാൻ ജിമ്രീസ്, മദ്രാസിലെ പെറ്റുമ്മാടെ മൂത്ത സന്താനം."

സീനത്ത് പറഞ്ഞു.

"ഇപ്പൊ കേറിവന്നതേയുള്ളൂ. എല്ലാവരും അകത്തുണ്ട്."

അബ്ദു ജീവനുള്ള ഒരു പ്രതിമയെപ്പോലെ അറയിലേക്കു നടന്നു. അയാളുടെ ഉള്ളിൽ ഒരു കടലിരമ്പുകയായിരുന്നു.

സീനത്ത് എന്തൊക്കെയോ ചോദിക്കുന്നു. അയാൾ എന്തൊക്കെയോ കേട്ടു.

"സീനുവിന്റെ കെട്ടിയോൻ ആളൊരു ഗ്ലാമർ ഫിഗറാ കേട്ടോ."

ഉമ്മയെയും കൂട്ടി സീനത്തിന്റെ അറയിലേക്ക് വരുമ്പോൾ ജിമ്രീസ് പറഞ്ഞു.

"കേറി വരുമ്പോ വിൻഡോവിലൂടെ ഞാനുംകണ്ടു. പുതിയാപ്പിള നിന്നടെന്തെങ്കിലും പറഞ്ഞോ?"

ഒരു മുട്ടുകേട്ട് അബ്ദു അറയുടെ വാതിൽ തുറന്നു.

മുന്നിൽ ആ തെറിച്ച ചെക്കനും, കൂടെ....?

ജിമ്രി പറഞ്ഞു.

"ദാ ഇതാണു നമ്മുടെ സ്വന്തം ഉമ്മ."

അബ്ദു വിക്കി വിക്കി ചോദിച്ചു;

"മദിരാശിന്ന് ഏത് വണ്ടിക്കാണ് വന്നത്?"

"കാലത്തെത്തുന്ന വണ്ടിക്ക്. പക്ഷേ, എത്തിയത് ഉച്ചയ്ക്കാ. നമ്മളെ വണ്ടിയല്ലേ. പുതിയാപ്പിളക്ക് സുഖം തന്നെയല്ലേ?"

അയാൾ തലയാട്ടി.

സീനത്ത് അപ്പോഴേക്കും പുതിയാപ്പിളയ്ക്ക് കുടിക്കാനുള്ള വെള്ളവുമായി അകത്തെത്തി.

ജിമ്രീസും ഉമ്മയും അടുക്കളയിലേക്ക് പോയി.

സീനത്ത് വലിയൊരു കാര്യം പറയുന്ന മട്ടിൽ അബ്ദുവിനോട് പറഞ്ഞു. "മദ്രാസീന്ന് എന്തൊക്കെയാ കൊണ്ടുവന്നതെന്നറിയോ? എനിക്കു ജിമ്രീസിന്റെ വക നല്ല രസികൻ കാഞ്ചീപുരിയുണ്ട്."

അപ്പോഴും തരിച്ചിരിക്കുകയാണ് അബ്ദു. അബ്ദുവിന്റെ തരിപ്പും എരിവുമൊന്നും സീനത്തന് മനസിലായതേയില്ല.

അവൾ പറഞ്ഞു.

"ഉപ്പന്റെ ആകപ്പാടെയുള്ള ഒരു പെങ്ങളാ. പൊന്നുപോലെയാ പോറ്റിയത്. ങ്ഹാ പിന്നെ ഒന്നു രണ്ടാഴ്ച കഴിഞ്ഞേ അവർ തിരിച്ചു പോകുന്നുള്ളു." അവൾക്കു സന്തോഷത്തിന്റെ തിരയിളകി.

ഈ വീട് ഇനി ആകെ കളിയും ചിരിയും കൊണ്ട് ശബ്ദമുഖരിതമാകും.

സീനത്തിന് ഓർക്കുന്തോറും സന്തോഷം വന്നു വീർപ്പുമുട്ടി.

ഒക്കെ ശ്രദ്ധിച്ച് സൂക്ഷിച്ച് നോക്കുകയായിരുന്നു അബ്ദു.

അബ്ദു പല്ലുകൾ കടിച്ചു പിടിച്ചു.

7

എരിയുന്ന കണ്ണുമായ്

അന്ന് ഊണു കഴിക്കാതെയാണ് അബ്ദു ഇറങ്ങിപ്പോയത്.

ഊണു കഴിക്കാതെയാണ് പുതിയാപ്പിള പോയത് എന്നത് വലിയ കോലാഹലം തന്നെ ആ വീട്ടിൽ സൃഷ്ടിക്കാനിടയായി. പക്ഷേ, സീനത്ത് വളരെ ഭംഗിയായി ഈ പ്രതിസന്ധി കൈകാര്യം ചെയ്തു.

"ഉച്ചയ്ക്ക് ഊണു കഴിക്കാൻ വരൂല്ലാന്ന് പറഞ്ഞിട്ടാ പോയത്. ഇന്നുച്ചയ്ക്ക് മൂപ്പർക്ക് ഒരു തക്കാരം ഉണ്ടായിരുന്നു."

ജിമ്രീസിന്റെ ഉമ്മ പറഞ്ഞു.

"എന്നാലും ഞങ്ങളോടുപോലും ഒന്നു പറയാതെയാണല്ലോ..."

സീനത്ത് അൽപ്പം പരുങ്ങി.

"ഏയ്... മൂപ്പര് ആള് മറവിക്കാരനാ. നിങ്ങളെ വളരെ ഇഷ്ടായീന്ന് പറഞ്ഞു."

ചുരുക്കത്തിൽ...

സീനത്ത് എങ്ങനെയെല്ലാമോ ആ പ്രതിസന്ധി തരണം ചെയ്തു.

രാത്രി വളരെയേറെ കനത്തിട്ടും അബ്ദു വന്നില്ല.

സത്യത്തിൽ അബ്ദു ഒരു വയ്യാവേലിക്കകത്തായിരുന്നു.

നാളെ തിരുവനന്തപുരം വരെ ഒന്നു പോകാനുണ്ട്. ഒരു തലമുടി വിദഗ്ധനെ കാണാനാണ്. പക്ഷേ, പാസ്പോർട്ട് സംബന്ധമായി ഒരു കടലാസ് ശരിയാക്കാനാണെന്നാണ് സീനത്തിനോട് പറഞ്ഞത്. പാസ്പോർട്ട് പെട്ടിയിൽ എടുത്തു വെക്കുകയും ചെയ്തിട്ടുണ്ട്. പെട്ടിയും മറ്റു സാധനങ്ങളും സീനത്തിന്റെ വീട്ടിലാണ്. അല്ലെങ്കിൽ പോകാതെ കഴിക്കാമായിരുന്നു.

നേരത്തെ ചെന്നാൽ എന്തെങ്കിലും ദേഷ്യം മൂത്ത് ഞാൻ വല്ലതും വിളിച്ചു പറഞ്ഞുപോകും. ശബ്ദം കൂടിയാൽ തൊട്ടടുത്ത മുറിയിൽ നിന്നു

വിരുന്നുകാർ കേൾക്കും. വിരുന്നുകാർ കേട്ടാൽ...

അല്ല, നിക്കൊരു ചുക്കും വരാനില്ല. എന്നാലും മദിരാശിപ്പാർട്ടി വന്നത് ശരിക്കും എരിതീയിൽ എണ്ണയൊഴിച്ച അനുഭവമായി.

മദിരാശിയിൽ നിന്നു വന്ന ആ ചെക്കന്റെ നടപ്പും ഭാവവുമൊന്നും അത്ര ശരിയല്ല. താൻ കണ്ട കാഴ്ച! അപ്പോൾത്തന്നെ ഇറങ്ങിവരേണ്ട താണ്.

അല്ലെങ്കിലും അവനെ പറഞ്ഞിട്ടെന്താണ്. അവളുടെ മട്ടും ഭാവവും കുറേക്കാലമായി ഞാനും വീക്ഷിച്ചുകൊണ്ടിരിക്കുകയാണല്ലോ. തന്റെ വിഗ്ഗിനെ പരിഹസിക്കാതെ അവൾക്ക് എപ്പോഴെങ്കിലും ഉറക്കം വന്നി ട്ടുണ്ടോ?

ഇടവഴിയിലൂടെ കാണാൻ ചന്തമുള്ള രണ്ട് ആണുങ്ങള് നടന്നു പോകുമ്പോൾ അവളുടെ ചിരി കുറച്ചുകൂടി ഉച്ചത്തിലാവുന്നതും വിരു ന്നുവരുന്ന ആളുകളോടുള്ള അതിരുകവിഞ്ഞ സംസാരവും താൻ ശ്രദ്ധി ക്കാതെയിരുന്നിട്ടില്ല. കഴിഞ്ഞ മാസം ടൗണിൽ എക്സിബിഷനു പോയ പ്പോൾ ഒരു ചെറുപ്പക്കാരനെ തിരിഞ്ഞുനോക്കി അവൾ പറയുകയാണ്.

"ഹോ, എന്തൊരു ഭംഗീള്ള മുടിയാ അയാൾടെത്."

പെണ്ണുങ്ങളുടെ സ്വഭാവം അതാണ് എന്തെങ്കിലും വൈകല്യത്തിൽ പിടിച്ചാവും അവർ തങ്ങളുടെ ഭർത്താക്കന്മാരുമായി മറ്റുള്ളവരെ തുലനം ചെയ്യുന്നത്.

കാര്യമെന്തായാലും ശരി, നാളെ തിരുവനന്തപുരത്തു പോകണം. ആ തലമുടി വിദഗ്ധനെ കാണണം. ഈ കഷണ്ടി രക്ഷപ്പെടുമോ എന്നൊന്ന് നോക്കണം.

അയാൾ ഏറെ വൈകിയിരുന്നു വീടണയാൻ. സീനത്ത് പേടിച്ചിരി ക്കുകയായിരുന്നു.

"സാധാരണഗതിയിൽ മൂപ്പരിത്ര താമസിക്കാറില്ലല്ലോ?"

കയറി വന്നപാടെ അവൾ ചോദിച്ചു.

"എന്തേ ഇത്ര വൈകിയത്?" അയാൾ ചെറിയ കുട്ട്യോന്നുമല്ലല്ലോ.

"ഇത്ര വൈകാറില്ലല്ലോ. അതുകൊണ്ട് ചോദിച്ചതാ."

"അല്ലെങ്കിലും വൈകുന്നത് തന്നെയാണല്ലോ നിനക്കും ഇഷ്ടം? പക്ഷേ എനിക്ക് ചിലതൊക്കെ മനസിലാവുന്നുണ്ട്."

"എന്ത് മനസിലാകുന്നുണ്ടെന്നാണ്..."

"അതുപോട്ടെ എനിക്കു കിടക്കണം. നീ ചോറുതിന്നെങ്കിൽ വന്നു കിടക്ക്."

"നിങ്ങൾക്ക് ചോറു വിളമ്പി വെച്ചിട്ടുണ്ട്. നിങ്ങള് കഴിക്കാതെ ഞാൻ തിന്നാറില്ലല്ലോ."

"ഞാൻ കഴിച്ചിട്ടാ വന്നത്."

അവൾ സ്തംഭിച്ചു പോയി.

ഇതേവരെയില്ലാത്ത ഒരു ശീലമാണല്ലോ പടച്ചവനെ ഇതൊക്കെ. ഉച്ചയ്ക്കും ഒന്നും കഴിക്കാതെയാണിറങ്ങിപ്പോയത്.

"നിങ്ങൾക്കെന്തു പറ്റി?"

"ഒന്നും പറ്റിയില്ല. കാലത്ത് എനിക്ക് തിരുവനന്തപുരം വരെ പോകണം. ചോറ് തിന്ന് വന്ന് കിടക്ക്."

അവൾ അൽപ്പം തേങ്ങലോടെ പറഞ്ഞു.

"എനിക്ക് വേണ്ട" അയാളും വിട്ടുകൊടുത്തില്ല.

"എന്നാൽ ആ ലൈറ്റ് ഓഫ് ചെയ്യ്."

ലൈറ്റ് ഓഫ് ചെയ്ത് സീനത്ത് വന്നു കിടന്നു.

അവൾ ഏങ്ങലടിച്ചു കരഞ്ഞു.

അയാൾ ശ്രദ്ധിച്ചതേയില്ല.

രാത്രി കുറച്ചു കൂടി മുന്നോട്ടു പോയി.

അയാൾക്ക് ഉറക്കം വന്നില്ല. വല്ലാത്ത വിശപ്പ്. ഈ രാത്രിയിൽ ഇനി എവിടെ പോകാൻ.

ഇവളെ വിളിച്ചുണർത്തിയാലോ?

ഛെ! അതുവേണ്ട.

പതുക്കെ അടുക്കളയിലേക്ക് കടന്നാലോ. വേറെ നിവൃത്തിയില്ലല്ലോ. അയാൾ പൂച്ചപ്പാദങ്ങൾ വെച്ച് അടുക്കളയിലേക്ക് നടന്നു. ശബ്ദമുണ്ടാക്കാതെ ലൈറ്റിട്ടു. കലത്തിൽ നിന്നും ചോറുവാരി പ്ലേറ്റിലിട്ടു. അപ്പോഴാണ് കറിയുടെ കാര്യം ഓർത്തത്. പൂച്ചശല്യമുള്ള അടുക്കളയാണ്. കറിപ്പാത്രം കയറുകൊണ്ട് പിരിച്ച ഒരു തൂക്കിൽ എടുത്തുവച്ചിരിക്കുകയാണ്. അയാൾ പതുക്കെ കൈയെത്തിച്ച് അതെടുക്കാനൊരുങ്ങിയതും ചട്ടി കയ്യിൽ നിന്ന് വഴുതി ഭയങ്കര ശബ്ദത്തോടെ കിണ്ണപ്പാത്രത്തിലേക്കു വീണു- ണീം!

അതിനിടെ കറി മുഴുവൻ അയാളുടെ മുഖത്തേക്കു മറിഞ്ഞു.

കണ്ണ് തുറക്കാനാവാതെ എരിയുന്ന കണ്ണുമായി അബ്ദു നിന്നു. അടുക്കളയിൽ ശബ്ദം കേട്ട് ആളുകൾ ഓടിക്കൂടുന്നത് കണ്ണടച്ചപ്പോഴും അബ്ദുവിന് മനസിലായി. എന്തു ചെയ്യണമെന്നറിയാതെ അബ്ദു ഒരുനിമിഷം ദഹിച്ചു നിന്നുപോയി.

8

ഒരു നശിച്ച തല

ഭാഗ്യത്തിനാണ് ആ ബുദ്ധി മനസിലുദിച്ചത്.

അടുക്കളയിലൂടെ ലൈറ്റ് ഓഫ് ചെയ്തതും വാതിൽ തുറന്ന് അബ്ദു പുറത്തിറങ്ങിയതും ഒരുമിച്ച്.

വീട്ടുകാർ ഓടിയെത്തി സ്വിച്ച് കണ്ടുപിടിച്ച് ലൈറ്റിടുമ്പോഴേക്കും അബ്ദു പിന്നാമ്പുറത്തുകൂടി വീട്ടിനകത്തേക്ക് കടന്നിരുന്നു. കൈയും മുഖവും തുണികൊണ്ട് ധൃതിയിൽ തുടച്ച് ശബ്ദം കേട്ട ഭാഗത്തേക്ക് അബ്ദുവും ഓടിയെത്തി.

എന്താ പ്രശ്നം? കിടപ്പറയിൽ നിന്ന് മഫ്ളറും പുതച്ചുകൊണ്ട് മമ്മൂഞ്ഞി ഹാജിയും ഓടിയെത്തിയിരുന്നു.

സീനത്ത് പറഞ്ഞു. "പൂച്ചകയറിയതാന്നാ തോന്നുന്നത്. കറിയൊക്കെ തട്ടി മറിച്ചിട്ടുണ്ട്." സംശയത്തോടെ ഹാജി പറഞ്ഞു.

"പൂച്ച കറിപ്പാത്രം തട്ടിയതു സമ്മതിക്കാം. പക്ഷേ അടുക്കള വാതിലിന്റെ ഓടാമ്പൽ നീക്കിയിരിക്കുന്നു."

സീനത്ത് പറഞ്ഞു: "ഒരു പക്ഷേ ഓടാമ്പലിടാൻ മറന്നതാവും."

ജിബ്രീസ് പിന്തുണയ്ക്കാനെന്ന പോലെ പറഞ്ഞു.

"ശരിയാ, ഓടാമ്പലിടാൻ മറന്നതാവും."

"കള്ളൻ കയറാൻ മാത്രം നേരമൊന്നും ആയില്ലല്ലോ."

താനിതിലിടപെടേണ്ട എന്ന മട്ടിൽ അബ്ദു ജിബ്രീസിന് നേരെ തിരിഞ്ഞു:

"പിന്നെ ഒരു സംശയം, കള്ളന്റെ സമയം എത്രയാ?"

ജിബ്രീസ് ചിരിച്ചുപോയി.

"അപ്പറഞ്ഞത് നേരാ." എല്ലാവരും പിരിഞ്ഞു.

കിടക്കാൻ നേരം സീനത്ത് എന്തോ ബോധ്യം വരാത്തതുപോലെ

ആരോടെന്നില്ലാതെ പറഞ്ഞു.

"ഓടാമ്പൽ ഞാൻ തന്നെയാണല്ലോ ഇട്ടത്. അതെ, നല്ല ഓർമയുണ്ട്."

ഇതുതന്നെ അവസരം എന്ന മട്ടിൽ അബ്ദു പറഞ്ഞു:

"ഈ വീട്ടിൽ പലതും നടക്കുന്നുണ്ട്."

അബ്ദുവിനെ കെട്ടിപ്പിടിച്ചു കൊണ്ട് സീനത്ത് പറഞ്ഞു.

"ശരിയാ, ഈ വീട്ടിൽ പലതും നടക്കുന്നുണ്ട്. ചോറുവെപ്പും കറിക്കരിയലും അങ്ങനെ പലതും"

പെട്ടെന്ന് അബ്ദുവിന്റെ ശരീരത്തിലേക്ക് ഒന്നുകൂടി തന്റെ മൂക്ക് അടുപ്പിച്ചുകൊണ്ട് സീനത്ത് ചോദിച്ചു.

"നിങ്ങടെ മേല് നെറച്ചും കറീടെ മണാണല്ലോ."

അബ്ദു നിരായുധനെപ്പോലെ പരുങ്ങി.

"മണമല്ല, കൊടച്ചക്രം. നീ പോകുന്നുണ്ടോ. എനിക്കുഷ്ണിക്കുന്നു."

അബ്ദുവിന്റെ ശരീരം രുചിച്ചുകൊണ്ട് സീനത്ത് ചോദിച്ചു.

"നല്ല കറിയുടെ രുചിയുമുണ്ടല്ലോ."

അബ്ദുവിന് കലി മൂർധാവിലോളം ഇരച്ചുകയറി.

"പോലീസ് നായിന്റെ സ്വഭാവം കാണിക്കാതെ ആ സ്വിച്ചൊന്ന് ഓഫ് ചെയ്തു വന്നു കെടക്കുന്നുണ്ടോ? എനിക്കതികാലത്ത് തിരുവനന്തപുരത്ത് പോകണം."

വണ്ടി തിരുവനന്തപുരത്തെത്തുന്തോറും അബ്ദുവിന് ആധിയും ഉൽക്കണ്ഠയും പെരുകിക്കൊണ്ടിരുന്നു. കാരണങ്ങൾ രണ്ടാണ്.

ഒന്ന് – സീനത്ത് വീട്ടിൽ ഒറ്റയ്ക്കാണ് (ഒറ്റയ്ക്കെന്നു പറഞ്ഞാൽ അവളെ നിരീക്ഷിക്കാൻ ഞാനെന്ന ഭർത്താവില്ലെന്നർഥം)

രണ്ട് – തലമുടി വിദഗ്ധൻ വിശാലാക്ഷ മേനോന് എന്റെ തലയിലെ മരുഭൂമിയിൽ വിത്തുമുളപ്പിക്കാനാവുമോ?

വിശാലാക്ഷ മേനോൻ കഷണ്ടി ആസകലം പരിശോധിച്ചു.

വലിയ ഒരു ലെൻസെടുത്ത് സൗദി അറേബ്യയിലെ മരുഭൂമിയിൽ ഹെലികോപ്ടറോടിക്കുന്നത് പോലെ നിരീക്ഷിച്ചു.

പരിശോധന മതിയാക്കി കണ്ണടയൂരി വെച്ച് വിശാലാക്ഷ മേനോൻ തലയാട്ടി....

"ങു ങും.. ഒരു രക്ഷയുമില്ല.

നിങ്ങളുടെ തലയിൽ മുടി കിളിർക്കാൻ ഒരു സാധ്യതയുമില്ല."

അബ്ദു വിതുമ്പിപ്പോയി.

"സർ അങ്ങനെ പറയരുത്. എത്ര പണം വേണമെങ്കിലും..."

വിശാലാക്ഷ മേനോൻ ഒരു യോഗിയെപ്പോലെ ചിരിച്ചു.

"പണത്തിനുമീതെ പരുന്തും പറക്കും. പക്ഷേ പരുന്തിനു കഷണ്ടിക്കു മീതെ പറക്കാനാവില്ല ചങ്ങാതി."

"സർ.."

"എനിക്കു വേണമെങ്കിൽ ഇതിന്റെ പേരും പറഞ്ഞ് നിങ്ങളെ പറഞ്ഞു

പറ്റിക്കാം. പക്ഷേ വിശാലാക്ഷ മേനോൻ അതു പഠിച്ചിട്ടില്ല. നിങ്ങളെ ദൈവം സഹായിക്കട്ടെ."

മേനോൻ പുറത്തേക്കു നോക്കി വിളിച്ചു പറഞ്ഞു.

"നെക്സ്റ്റ്..."

തലയിൽ പഴയ വിഗ്ഗുമിട്ട് അബ്ദു പതുക്കെ പുറത്തേക്കു കടന്നു.

നിരാശകൊണ്ട് അയാളാകെ തളർന്നു പോയിരുന്നു.

ലോകം തനിക്ക് മുന്നിൽ ഈ കഷണ്ടിത്തലപോലെ ശൂന്യമായിക്കിടന്നു.

വല്ല വണ്ടിക്കും തലവെച്ച് കിടന്നാലോ? ഈ നശിച്ച തല!

അബ്ദുവിന് മുന്നിലൂടെ നൂറുകണക്കിന് സുന്ദരന്മാർ കടന്നുപോയി. തിങ്ങിനിറഞ്ഞ അവരുടെ തലമുടി അയാൾ അസൂയയോടെ നോക്കി. ഇടയ്ക്ക് ചില ചെറുപ്പക്കാരിൽ കഷണ്ടിയും കണ്ടു. അപ്പോഴൊക്കെ അയാൾക്കു വർധിച്ച ആനന്ദവുമുണ്ടായി.

ട്രെയിൻ വരുന്നു. അയാൾ വാച്ചിൽ നോക്കി. കൃത്യ സമയം. രാത്രിയാകുന്നതിന് മുമ്പ് വീട്ടിലെത്തണം. വീട്ടിൽ ആ ജന്തുവുണ്ട്. ജിമ്രീസ്.

9

ആട്ടിൻമൂത്രത്തിന്റെ സുഗന്ധം

പതിവിലും വൈകിയാണ് വണ്ടി സ്റ്റേഷനിലെത്തിയത്.

യാത്രയ്ക്കിടയിലെ ആധിയും പിരിമുറക്കവും അബ്ദുവിനെ വല്ലാതെ തളർത്തിയിരുന്നു.

വണ്ടിയിൽ തനിക്കഭിമുഖമായി സുന്ദരിയായ ഒരു യുവതി വന്നിരുന്നു. അയാൾ ചൂളിപ്പോയി. അവളെ അയാൾ ശ്രദ്ധിച്ചതേയില്ല. അയാൾക്കു തന്നിലുള്ള വിശ്വാസം എന്നേ നഷ്ടപ്പെട്ടിരുന്നു.

തീരെ വയ്യാതായപ്പോൾ അയാൾ അടുത്ത കമ്പാർട്ടുമെന്റിൽ ആണുങ്ങൾ മാത്രമായിരുന്ന ഭാഗത്തേക്കു മാറിയിരുന്നു.

യാത്രയിലുടനീളം അയാൾ പകൽക്കിനാവ് കണ്ടു.

ശരീരവും ശരീരവും കെട്ടി മറിയുന്നത്.

ഇടതൂർന്ന തലമുടിയിൽ വിരലോടിക്കുന്നത്.

കെട്ടിമറിയുന്ന നഗ്നരൂപങ്ങൾ.

ആരെയും വ്യക്തമായി തിരിച്ചറിയാനായില്ല.

സ്ത്രീയുടെ ഉടൽ മാത്രം തനിക്കു പരിചയമുള്ളതുപോലെ തോന്നിച്ചു.

അതെ, അതേ വടിവ്, അതേ നിറം, അതേ കിതപ്പ്.

അയാൾ തന്റെ തല കുടഞ്ഞെറിഞ്ഞു.

ഇല്ല വെറും തോന്നലാണ്.

അങ്ങനെപറയാൻ പറ്റുമോ?

അതിനുമാത്രം ഒന്നും ഉണ്ടായില്ലല്ലോ.

ആർക്കറിയാം.

അതെ, ആർക്കറിയാം. തരം കിട്ടുമ്പോഴൊക്കെ...

ഇല്ല.

ഇല്ല, ഇല്ല!

അയാൾ അപ്പോഴും മുഖം പൊത്തി.

അപ്പോഴും ഇണചേർന്നു മറിയുന്ന രൂപങ്ങൾ. താൻ ദുർബലനും രോഗാതുരനുമായ നിസ്സാര ജീവിയാണെന്ന് അയാൾക്ക് തോന്നി.

വണ്ടി കിതപ്പോടെ അയാളുടെ സ്റ്റേഷനിൽ വന്നുനിന്നു.

ഇരുണ്ട വഴിയിലൂടെ അയാൾ നടന്നു.

വീടെത്തുന്തോറും അയാൾക്കു സംശയവും ഏറിവന്നു.

അറയിൽ വെളിച്ചമില്ലല്ലോ.

എന്നിട്ടും അതിനകത്തു നിന്ന് ആരോ ശബ്ദമടക്കി സംസാരിക്കുന്നതുപോലെ.

ഒന്ന് സീനത്തിന്റേതു തന്നെ. മറ്റേ ആൾ ആരാണ്.

അയാൾ ഒരു കള്ളനെപ്പോലെ ശബ്ദമുണ്ടാക്കാതെ വീടിന്റെ പിന്നാമ്പുറത്ത് അയാളുടെ അറയുടെ ജനാലയ്ക്കരികിലായി വന്നു നിന്നു. ജനാലയിൽ ചെവിയോർത്തു. ഒന്നും കേൾക്കാനില്ല.

അബ്ദു ചുറ്റുപാടും നോക്കി.

ഇവിടെ നിൽക്കുന്നത് അത്ര പന്തിയല്ല.

ഏറ്റവും സുരക്ഷിതമായ സ്ഥലം ഇതാ ആ ആട്ടാലയാണ്. ആലയിൽ ആടുകൾ നാലെണ്ണമുണ്ട്. വലിയ ആട്ടാലയാണ്.

ആട്ടാലയിൽ കയറി നിന്നു.

കൊള്ളാം നിരീക്ഷണത്തിന് ഇതിനോളം പറ്റിയ സ്ഥലം വേറെയില്ല. ഇവിടെ നിന്നാൽ ഇടയറയിലെ ചെറിയ ജാലകയഴികളിലൂടെ എല്ലാം കാണാം. ആരൊക്കെയാണ് തന്റെ അറയിൽ കയറുന്നത്.

ഏതൊക്കെ എമ്പോക്കികളാണ് ഈ വീട്ടിൽ വിരുന്നു വരുന്നത്. അവർ എന്തൊക്കെ ചെയ്യുന്നു, സംസാരിക്കുന്നു. അയൽപക്കത്തുനിന്നും ചില എമ്പോക്കികൾ വരാറുണ്ട്. അതെ എല്ലാം കാണാം.

പക്ഷേ ഒരു കുഴപ്പം.

ആടുകളുടെ മൂത്രത്തിന്റെ ഗന്ധം. അത് അസഹനീയം. സൂക്ഷിച്ചു ചവുട്ടിയില്ലെങ്കിൽ ആടുകൾ ബഹളം വെച്ചു എന്നും വരാം.

കൂട്ടിലെ ആടുകൾ തമ്മിൽ എന്തോ പിറുപിറുക്കുന്നു.

ഇതേതാണ് പുതിയ ഒരു ആട് എന്നാവും. എന്ത് വിചാരിച്ചാലും തനിക്കു പുല്ലാണ്. ഇനി ഈ ആട്ടാല തന്റെ ഒബ്സർവേഷൻ സ്റ്റേഷനാണ്.

അവരുടെ ഏതുവിധ ബന്ധവും കണ്ടുപിടിച്ചിട്ടു തന്നെ കാര്യം

രാത്രി വളരെ ഇരുട്ടുന്നതുവരെ അയാൾ ആ ആട്ടാലയത്തിൽകഴിഞ്ഞുകൂടി. കൊതുകുകടി അസഹ്യമായിരുന്നു. മൂത്രത്തിന്റെ മണം സഹിക്കാം. പക്ഷേ, ഈ കൊതുക്. അയാൾ ശരീരത്തിൽ പലയിടത്തുമായി ആഞ്ഞടിക്കുന്നു.

വീട്ടിനുള്ളിൽ നിന്നും എല്ലാ ലൈറ്റുകളും അണഞ്ഞു.

ഇടയറയിലെ ജനാലയിലെ ദൃശ്യങ്ങളും കെട്ടു.

അയാൾ എണീറ്റു.

ഇനി ഇവിടെ നിന്നിട്ട് പ്രയോജനമില്ലല്ലോ. മാത്രമല്ല, കുടുസ്സായ ഈ ആട്ടാലയിൽ കയറി നിന്ന് നടുവിന് കലശലായ വേദനയും.

അയാൾ കോളിങ് ബെല്ലിൽ വിരലമർത്തി.

സീനത്ത് വന്ന് വാതിൽ തുറന്നു. അമ്പരപ്പോടെ അയാളെ നോക്കി.

"വിളക്കണെച്ചു കിടന്നതേയുള്ളു. ഞാൻ കരുതി നിങ്ങളിന്നു വരുല്ലാന്ന്."

അയാൾ മനസിൽ ഉത്തരം പറഞ്ഞു.

"ഞാൻ വന്നത് ഇഷ്ടമായില്ല അല്ലേ."

അറയിൽ കയറിയ പാട് അയാൾ കട്ടിലും പരിസരവും ഒരു സൂക്ഷ്മ പരിശോധനയ്ക്കു വിധേയമാക്കി.

അവൾ ചോറു വിളമ്പി.

അയാൾ തിന്നെന്നു വരുത്തി.

വന്നു കിടക്കും മുമ്പ് തലയിണയ്ക്കു മുകളിൽ നിന്ന് അയാൾക്കൊരു സാധനം കിട്ടി.

ഒരു തലമുടി.

ആരുടേതാണീ തലമുടി.

തനിക്കാണെങ്കിൽ കൊഴിയാൻ മുടിയുമില്ല.

അയാൾ സകലവിധ അമർഷങ്ങളും അമർത്തികിടന്നു.

കട്ടിലിൽ അവൾ അയാളോടു ചേർന്നുകിടന്നു. പരിഭവത്തോടെ അവൾ ചോദിച്ചു.

"എന്താണ് നിങ്ങൾക്കെപ്പോഴും എന്നോടു ഒരു ദേഷ്യഭാവം?"

അയാൾ ഒന്നും പറഞ്ഞില്ല.

അവൾ സ്നേഹപൂർവം അയാളിലേക്കു കുറച്ചുകൂടി ചേർന്നുകിടന്നു.

പെട്ടെന്നാണ് അവൾ പിന്നോട്ട് നീങ്ങിയെണീറ്റത്.

"നിങ്ങളെ വല്ലാതെ നാറുന്നല്ലോ?"

അയാൾ ഞെട്ടി.

“ങ്ഹേ നാറുകയോ?”

“അതെ, ആട്ടിൻ മൂത്രം പോലെ എന്തോ ഒരു വല്ലാത്ത നാറ്റം.”

“നിനക്കു തോന്നുന്നതാവും.”

അയാൾക്കു ദേഷ്യം കയറി.

“പോലീസ്നായയുടെ സ്വഭാവം. നീ വന്നുകിടക്കുന്നുണ്ടോ? ആണുങ്ങളായാൽ അങ്ങനെയാ പലതും മണക്കും.”

അബ്ദു തിരിഞ്ഞു കിടന്നു.

അവൾ പറഞ്ഞു:

“ആണുങ്ങൾക്കു പലേ മണവും ഉണ്ടാകും. എന്നാൽ ആട്ടിൻ മൂത്രം മണക്കുന്ന ആണുങ്ങളെ ഞാനാദ്യം കാണുകയാ”

“ങ്ഹേ!”

അബ്ദു അവളുടെ മറുപടി സ്വന്തം നാവുകൊണ്ട് ഉരുവിട്ടു.

അവളെന്താണു പറഞ്ഞത്. ആണുങ്ങൾക്ക് പലേ മണവും ഉണ്ടാകും... എന്നാൽ ആട്ടിൻ മൂത്രം മണക്കുന്ന ആണുങ്ങളെ ഞാനാദ്യം കാണുകയാ?

അങ്ങനെ വരട്ടെ.

സത്യം അങ്ങനെ അറിയാതെ പുറത്തുവരട്ടെ.

10

പരിണാമത്തിന്റെ ദുരന്തഗുപ്തി

സംശയങ്ങൾ ഇങ്ങനെ പടർന്നു വലുതായിക്കൊണ്ടിരുന്നു. പാവം സീനത്തുണ്ടോ ഇതുവല്ലതും അറിയുന്നു.

അവൾ കിഴക്കോട്ടു നോക്കിയാൽ അയാൾ കിഴക്കോട്ട് നോക്കും.

അവൾ വടക്കോട്ടു നോക്കിയാൽ അയാളും.

അവൾ എങ്ങോട്ട് നോക്കുന്നു. എവിടെ പോകുന്നു. എന്തിന് പോകുന്നു - ഇങ്ങനെ അയാളുടെ സംശയം കൂടിക്കൂടി വന്നു.

ചിലപ്പോൾ അൽപ്പം സങ്കടത്തോടെ സീനത്ത് ഓർക്കാറുണ്ട്.

തന്റേത് വല്ലാത്ത ഒരു ബന്ധനാവസ്ഥ തന്നെയാണ്.

കല്യാണം കഴിഞ്ഞ് ആദ്യനാളുകളിൽ പുറത്തൊക്കെ കൂട്ടിക്കൊണ്ടു പോയിരുന്നു. എന്നാൽ ഈയിടെയായി വീടിന്റെ പടിയിറങ്ങാൻകൂടി സമ്മതിക്കുന്നില്ല. വളരെ വേണ്ടപ്പെട്ടവരുടെ കല്യാണത്തിനുപോലും ഒന്നു പോയി വരാനല്ലാതെ... പലരും ചോദിക്കുന്നു.

"കുട്ടിന് ഒരാളെ കിട്ടിയതിന് ശേഷം സീനത്ത് പുറത്തിറങ്ങാതായി."

അവൾ വിവാഹിതരായ കൂട്ടുകാരെയൊക്കെ ശ്രദ്ധിച്ചു. ആഴ്ചയിൽ ഒരു ദിവസമെങ്കിലും ഭർത്താവ് അവരെ പുറത്തേക്ക് കൂട്ടിക്കൊണ്ടുപോകാറുണ്ട്. ചിലപ്പോൾ ഒരു സദ്യയ്ക്ക്. അല്ലെങ്കിൽ ഒരു സിനിമയ്ക്ക്. തനിക്കും അങ്ങനെ ചില മോഹങ്ങളില്ലേ. എന്തൊരു മുരട്ടു സ്വഭാവമാണ് അബ്ദുക്കാന്റേത്.

നാൾക്കുനാൾ തന്നോടുള്ള പെരുമാറ്റം മോശമായി വരുന്നു. തൊട്ടതിനും പിടിച്ചതിനും ഒക്കെ കുറ്റം. ഒരുപക്ഷേ തന്നെ ഇഷ്ടമില്ലാഞ്ഞിട്ടാവും. ഈ പ്രണയബന്ധത്തിന് ഞാൻ തന്നെയാണല്ലോ മുൻകൈ എടുത്തതും. നിർബന്ധിച്ച് കല്യാണം കഴിപ്പിച്ച ഒരവസ്ഥ അബ്ദുക്കയ്ക്ക് തോന്നുണ്ടാവും. ഒരുപക്ഷേ, വേറെ വല്ല പെണ്ണുങ്ങളോടും... ഛെ! അങ്ങനെയൊന്നും ചിന്തിക്കാൻ പാടില്ല.

ഈ സമയം നമ്മുടെ അബ്ദു എന്തു ചെയ്യുകയാണെന്നോ. ആട്ടിൻകൂട്ടിൽ ഒളിച്ചിരിക്കുന്നു. ഇതാകട്ടെ കുറെയായി അയാൾ ഒരു പതിവാക്കിയിരിക്കുന്നു.

മമ്മുഞ്ഞിഹാജിക്ക് പല ഇടപാടുമുള്ളതാണ്. ചിലപ്പോൾ ചെറുപ്പക്കാരായ ലോറി ഡ്രൈവർമാർ താക്കോലുമായി വരും. അല്ലെങ്കിൽ പല ചരക്കുകടയിലെ കണക്കുമായി മൂസാൻ. എല്ലാം കൈകാര്യം ചെയ്യുന്നതാകട്ടെ സീനത്തും. അകൗണ്ടന്റു പണി നിർത്തി അമ്മോശനെ സഹായിക്കാൻ സീനത്ത് പലതവണ നിർബന്ധിച്ചപ്പോഴും അയാളിലെ അഭിമാനം അതിന് സമ്മതിച്ചില്ല.

അബ്ദു ആ ആട്ടിൻകൂട്ടിലെ സ്ഥിരമായ അതിഥിയാണ്. രാത്രി ഏഴു മണിയോടെ എന്തെങ്കിലും കാരണം പറഞ്ഞ് അബ്ദു പീടികയിൽ നിന്നിറങ്ങും. പാത്തും പതുങ്ങിയും വന്ന് ഈ ആട്ടിൻകൂട്ടിൽ പ്രവേശിക്കും. ആടുകൾക്ക് അബ്ദു ഇപ്പോൾ വളരെ പരിചയമുള്ള ആളാണ്.

പലനാൾ കള്ളൻ ഒരുനാളകപ്പെടുമല്ലോ.

ഒരുദിവസം അത് സംഭവിക്കുക തന്നെ ചെയ്തു.

അന്നു പതിവിലും സൗകര്യം ആട്ടിൻകൂട്ടിൽ അനുഭവപ്പെട്ടിരുന്നു. സത്യത്തിൽ അമ്മായി സന്ധ്യക്കു ആടിനെ കൂട്ടിലടയ്ക്കുമ്പോൾ ഒരാടിനെ വിട്ടുപോയതാണ്. പിന്നീടാണ് അമ്മായിക്കാ കാര്യം ഓർമവന്നത്. അപ്പോൾ നേരം നന്നേ ഇരുട്ടിയിരുന്നു. ആടിനേയും വലിച്ച് അമ്മായി കൂടിനകത്തേക്കു വരുന്നത് ഹൃദയമിടിപ്പോടെ അബ്ദു കണ്ടു. വല്ലാത്തൊരു കെണിയിലാണല്ലോ താൻ ചെന്നുപെട്ടത്.

അമ്മായി ആടിൻ കൂട് തുറന്നതും അയാൾ ഇറങ്ങി ഒരൊറ്റ ഓട്ടം.

അമ്മായി ഒരൊറ്റ നിലവിളി. നാട്ടുകാർ കേട്ടു.

അബ്ദുവിനു ഒളിക്കാൻ ഒരിടവും കിട്ടിയില്ല.

അയാൾ ഒരു മാരത്തോൺ ഓട്ടം വെച്ചുകൊടുത്തു.

രണ്ടു കിലോമീറ്റർ പിന്നിട്ടപ്പോഴാണ് ആ ഓട്ടം നിന്നത്. ഓട്ടത്തിനിടയിൽ അയാളുടെ വിഗ്ഗ് എവിടെയോ പറിഞ്ഞുവീണു. ആരൊക്കെയോ തന്നെ പിന്തുടർന്നു വരുന്നതായി അയാൾക്കു തോന്നി.

ഇതാ ഇപ്പോൾ തന്നെ പിടിക്കും. അയാൾ തുറന്നു കിടക്കുന്ന ഒരു വീട്ടിനകത്തേക്കു കയറിയൊളിച്ചു.

അത് അതിലേറെ അബദ്ധമായി. അടുക്കളപ്പണികഴിഞ്ഞു വീട്ടുകാരി ഇതൊന്നുമറിയാതെ മുറിയിൽക്കയറി വാതിൽ കുറ്റിയിട്ടു ഒന്നു കുളിക്കണം. അവൾ മുഷിച്ച വസ്ത്രം അഴിച്ചു മാറ്റി അപ്പോഴാണ് അവളത് കണ്ടത്. മൂലയിൽ നിന്ന് എന്തോ അനങ്ങുന്നു. അവൾ ഒരൊറ്റ നിലവിളി.

പിന്നെ സംഭവിച്ചത് എന്താണെന്നു പറയാൻ ഹംസവക്കീല് കൂട്ടാക്കുന്നില്ല.

വന്നവർ വന്നവർ അബ്ദുവിനെ ആഞ്ഞാഞ്ഞ് തൊഴിച്ചു.

എല്ലാവർക്കും അതൊരവസരമാണല്ലോ. കൈക്കരുത്ത് പരീക്ഷിക്കാൻ ഒരു സൗജന്യാവസരം.

ആണുങ്ങളില്ലാത്ത പെരേല് കേറി പെണ്ണുങ്ങളെ കേറിപ്പിടിക്കും അല്ലെടാ.

അവസാനത്തെ ആ അടിയിൽ അബ്ദുവിനു ബോധം മറയുന്നതായി തോന്നി. "ഏതാണിവൻ?"

"ഇങ്ങനെയൊരു കഷണ്ടിക്കാരനെ ഈ പരിസരത്തെവിടെയും കണ്ടിട്ടില്ലല്ലോ."

അബ്ദു ഞരങ്ങി.

"വെള്ളം..."

ഈ മുഹൂർത്തത്തിലാണ് അമ്മോശൻ മമ്മൂഞ്ഞിഹാജിയുടെ വരവ്.

"എന്താ എന്താ പ്രശ്നം?"

അയാൾ ആൾക്കൂട്ടത്തിലേക്ക് തലയെത്തിച്ചു.

എല്ലാവരും ആദരവോടെ ഹാജിക്ക് വഴിമാറിക്കൊടുത്തു.

"സൂര്യനസ്തമിച്ചാ ഈ നാട്ടില് ഒരു പെണ്ണിനും ഒറ്റയ്ക്കു നിൽക്കാനാവൂല. കേറിപ്പിടിക്ക്യതന്നെ. കണക്കിന് കൊടുത്തിട്ടുണ്ട്."

ഹാജി സൂക്ഷിച്ചു നോക്കി. ആരാണിയാൾ?

അബ്ദു ഞരങ്ങി.

"വെള്ളം.."

"ഈ ശബ്ദം തനിക്ക് പരിചയമുള്ളതുപോലെ തോന്നുന്നല്ലോ. അതെ ഇത്.."

പിന്നീട് സംഭവിച്ചതെന്താണെന്ന് ഹംസ വക്കീൽ വ്യക്തമാക്കുന്നില്ല.

ഒന്നുമാത്രം പറഞ്ഞവസാനിപ്പിക്കുന്നു.

ഇപ്പോൾ സീനത്തും അബ്ദുവും കെട്ടിലകത്ത് മമ്മൂഞ്ഞിഹാജിയുടെ വീട്ടിലല്ല താമസം. ഒരു വിട്ടുവീഴ്ചയ്ക്കും തയാറാകാതെ ഹാജി അവർക്ക് വേറെയൊരു വീടെടുത്തുകൊടുത്തു. ഇമ്മാതിരി ഒരു പുതിയാപ്പിളയെ ഈ തറവാട്ടിൽ ഞാൻ കയറ്റില്ല.

വേറൊന്നുകൂടി സംഭവിച്ചു. സീനത്തിന് ഇപ്പോൾ അബ്ദുവിനെ വല്ലാത്ത സംശയമാണ്.

ജോലി കഴിഞ്ഞ് വരാൻ താമസിച്ചാൽ സംശയം. നേരത്തെ വന്നാൽ സംശയം.

രാത്രി സമയത്ത് ഏതോ പെണ്ണിനെ കയറിപ്പിടിക്കാൻ പോയ ആളല്ലേ. എന്തും ഇയാൾ ഒപ്പിക്കും. ആൾ ഗജകേസരിയാണ്, പെൺവിഷയത്തിൽ.

കെട്ടിലകത്ത് വിരുന്നുപോയി വന്ന സീനത്തിന് ഒരുദിവസം തന്റെ ഭർത്താവിന്റെ തലയിണയ്ക്ക് മുകളിൽ നിന്ന് ഒരു തലമുടി കിട്ടി.

നീണ്ടുനേർത്ത ഒരു തലമുടി. തലമുടി വിരലുകളിൽ തൂക്കി സീനത്ത് അബ്ദുവിനോട് പാരുഷ്യത്തോടെ ചോദിച്ചു.

"ഇതെങ്ങനെ ഇവിടെ വന്നു?"

അബ്ദു ദയനീയമായി അവളെ നോക്കി. റബ്ബേ ഇതെന്തൊരു പരീക്ഷണമാണ്.

ഇവളുടെ സംശയം തീർക്കാൻ എനിക്കെന്താണ് ചെയ്യാനാവുക?

അതെ, അബ്ദുവിന്റെ നില ഇപ്പോൾ വളരെ വളരെ കഷ്ടമാണ്...

കഥ പറഞ്ഞ് ഹംസവക്കീൽ ചിരിക്കുന്നു.

നല്ല അയൽക്കാരൻ

1

അച്ചുതൻമാഷിന് എവിടെയോ പിഴയ്ക്കുന്നതായി തോന്നി. തന്റെ വാക്കുകളും ധാരണകളും ഇഴപറിഞ്ഞു പോകുന്നില്ലേ ഈയിടെയായി? അറിഞ്ഞും അനുഭവിച്ചും നേടിയ സങ്കൽപ്പങ്ങളുടെ അതിരുകൾ ആരൊക്കെയോ അക്രമസ്വഭാവത്തോടെ മാന്തുകയും പറിക്കുകയും ചെയ്യുന്നില്ലേ?

ഉണ്ട്.

വർഷങ്ങൾക്കു മുമ്പാണ്. കല്ലേരിപ്പുറത്ത് ബസിറങ്ങി നാട്ടുവഴിയിലൂടെ കായസ്ഥൻ കുന്നിറങ്ങി ഇടമലപ്പാറ കയറുമ്പോൾ കൂടെ വന്ന കുഞ്ഞുണ്ണി കിതപ്പാറ്റുന്നതിനിടയിൽ ചോദിച്ചു: "അല്ല മാഷേ, ഇതെന്തിന്റെ പിരാന്താ നിങ്ങൾക്ക്?"

അച്ചുതന്മാഷ് ചിരിച്ചു:

"ഇല്ല കുഞ്ഞുണ്ണീ, പറമ്പെത്തി."

കണ്ണെത്താദൂരെ ചൂണ്ടി മാഷ് പറഞ്ഞു.

"ഇതാ, ഞാൻ വാങ്ങിക്കാൻ പോകുന്ന എട്ടേക്കർ പറമ്പ്."

കുഞ്ഞുണ്ണി നോക്കി, ഒന്നും കണ്ടില്ല. കാറ്റിലുലയുന്ന ഇരുട്ടും കൊടുങ്കാറ്റും മാത്രമുണ്ട്.

അപ്പഴും കുഞ്ഞുണ്ണി നോക്കി, പുനരാവർത്തനം മറന്ന് ചോദിച്ചു:

"അല്ല, അച്ചുതന്മാഷേ, ഇതെന്തിന്റെ പിരാന്താ നിങ്ങൾക്ക്? ആയ കാലത്ത് നയിച്ചുണ്ടാക്കിയ പൈസ മുഴുവൻ ഈ കാട്ടിൽ കൊണ്ടോയി കളയാൻ മാത്രം എന്തുണ്ടായി?"

മാഷ് ചിരിച്ചതേയുള്ളൂ.

"ഈ അച്ചുതന്മാഷേ ആരോ പറഞ്ഞ് പറ്റിച്ചതാണ്."

"ഇത് കാടല്ല കുഞ്ഞുണ്ണീ, മണ്ണാണ്."

പറമ്പിന്റെയറ്റത്തു നിന്ന് ഒരു പിടി മണ്ണുവാരി കുഞ്ഞുണ്ണിക്കു നീട്ടി.

"ഈ മണ്ണിൽ ഞാൻ പൊന്നുവിളയിക്കും."

"എല്ലാറ്റിലും ചതിയും കളവും വ്യാപിച്ചു കുഞ്ഞുണ്ണി മാഷെ. പണി പോയാലും വേണ്ടെന്ന് എഴുതിക്കൊടുത്തത് അതിനാണ്. മണ്ണ് നമ്മുടെ ഏറ്റവും സത്യസന്ധനായ ബന്ധുവാണ്. അവസാനം, മരിച്ചാൽ മക്കൾക്കുപോലും വേണ്ടാതാകുമ്പോൾ രണ്ടുകൈയും നീട്ടി സ്വീകരിക്കുന്നത് മണ്ണു മാത്രം."

പച്ചപ്പുറ്റുപോലെ പടർന്നു നിന്ന കാടൊക്കെ വെട്ടിത്തെളിച്ചു. വാഴയും ചേനയും മുതൽ അരുതച്ചെടിവരെ നട്ടു. തെങ്ങിനു വെള്ളമൊഴിക്കാൻ താഴത്തെ തോടിന് ആഴം കൂട്ടി. അഞ്ചു കൊല്ലംകൊണ്ട് കശുമാവ് പൂത്തു.

കുഞ്ഞുണ്ണി തിരുത്തിയ രൂപത്തിലായി.

"ഇപ്പഴ് എട്ടേക്കറിലുമധികം തോന്നുന്നുണ്ടല്ലോ, അച്ചുതന്മാഷേ."

"ഇക്കുറി ഒന്നാന്തം വിളവെടുപ്പായിരുന്നു കുഞ്ഞുണ്ണീ. നെല്ലിന് വളമൊന്നും ചെയ്തില്ല. ആവശ്യത്തിന് കൈശുശ്രൂഷയും പരിചരണവും മാത്രം."

കുഞ്ഞുണ്ണിക്കു പിന്നെയും ബോധ്യപ്പെടായ്മ.

"എന്തു പറഞ്ഞിട്ടെന്താ കാര്യം. കൊല്ലത്തിലൊരു ബസ്സാ കല്ലേരിപ്പുറത്ത്. അതും കഴിഞ്ഞ് മൈൽസെത്ര നടക്കണം?"

"നടക്കണം."

"നല്ല കഥയായി! ആയകാലത്ത് നടക്കാൻ പറ്റീന്ന് വരാം. എപ്പഴും പറ്റ്വോ?"

"ഇക്കൊല്ലം കഴിഞ്ഞ് അണ്ടി പറിക്കാറാവും. അതിനടുത്തകൊല്ലം വീടുവെക്കും കുഞ്ഞുണ്ണീ."

"അപ്പോ ഇപ്പഴുള്ള വീടോ?"

"വിൽക്കും."

"ദെന്തായിപ്പറേന്നത് മാഷേ. ആളനക്കമില്ലാത്ത ഈ കാട്ടുമുക്കിലോ? കുട്ട്യോള് സമ്മതിക്ക്യോ?"

"സമ്മതിക്കുന്നോര് വന്നാ മതി."

എൽ ഐ സീലെ ഗോവിന്ദൻകുട്ടി ഒഴിച്ച് എല്ലാ മക്കളും വന്നു. വരേണ്ടിവന്നു. ഗോവിന്ദൻകുട്ടി ടൗണിൽ വാടകയ്ക്ക് വീടെടുത്ത് വാശി തീർത്തു.

ഒടുവിൽ വാശിയുപേക്ഷിച്ച് അച്ഛനോടു തോറ്റ് ഗോവിന്ദൻകുട്ടി വന്നു. എന്തൊക്കെയോ കേട്ടറിഞ്ഞാണ് വരവ്. വർഷങ്ങൾക്കുശേഷം വരുമ്പോഴെന്താ സ്ഥിതി!

ഒറ്റയാൻ മേയുന്ന കാട്ടിൽ അച്ഛൻ പൊന്ന് വിളയിച്ച് കേമനായി വിലസുന്നു.

കശുവണ്ടിയുടെ വരവിൽ മാത്രം ഈ വർഷം നാൽപ്പത്തെട്ടായിരം ഉണ്ടത്രേ! ഗോവിന്ദൻകുട്ടിക്ക് അപ്പോഴാണ് സംഗതിയുടെ ഗൗരവം പിടി

കിട്ടുന്നത്.

സിൽക്ക് ഗബിൾ മാടിക്കുത്തി കൈ പിന്നിൽ കെട്ടി പറമ്പുമുഴുവൻ ഗമയിൽ ചുറ്റി നടന്നുവന്ന് ഗോവിന്ദൻകുട്ടി ചോദിച്ചു.

നമ്മുടെ പറമ്പിന് അതിരൊന്നും കാണുന്നില്ലല്ലോ അച്ഛാ?

"വായന നിർത്തി ചാരുകസേരയിൽ ചാഞ്ഞിരുന്ന് കണ്ണടയൂരി. പിന്നെ അലസമായി അച്ചുതൻമാഷ് പറഞ്ഞു:"

"ആധാരത്തില് എട്ടേക്കറുണ്ട്. അതിരിന്റെ ആവശ്യമൊന്നുമില്ല."

ഗോവിന്ദൻകുട്ടിക്ക് അച്ഛന്റെ സ്വഭാവമറിയാം.

സ്കൂൾ വളപ്പു മുഴുവൻ മൽഗോവയും പഞ്ചാരക്കിണ്ണനുമാണ്. അച്ഛൻ കൊണ്ടുവെച്ച മാവിൻ തൈകൾ. ഒന്നിച്ചു പഠിച്ചവരൊക്കെ അച്ഛനെ പരിഹസിച്ചു ചിരിക്കും. ഇയാക്കെന്തിന്റെ പിരാന്താ. ഒരു മൽഗോവാ!

ഇരുപത്തിയേഴു തൈകൾ വെച്ചതിൽ പന്ത്രണ്ടെണ്ണം കായ്ച്ചു. നാലു പഞ്ചാരക്കിണ്ണനും. ഇപ്പൊ തെക്കെ പറമ്പിൽ നട്ടു പരിചരിച്ച കശുമാവിന്റെ വരുമാനം കൊണ്ടുമാത്രം സ്കൂളിന്റെ അറ്റകുറ്റപ്പണികൾ വർഷാവർഷം നടന്നുപോരുന്നു. മിടുക്കൻ കുട്ടികൾക്കുള്ള ധനസഹായവും.

ലിഷർ പിരിയേഡിൽപ്പോലും തൈകളെ ഓമനിക്കുന്ന കശുമാവിന്റെ തടം ഇളക്കിക്കൊണ്ടിരിക്കുന്ന അച്ചുതൻമാഷിന് സഹപ്രവർത്തകർ പരിഹാസപൂർവം ഇട്ടുകൊടുത്ത ഒരു പേരുണ്ട് - അണ്ടിമാഷ്. പക്ഷേ, കുട്ടികളാരും അങ്ങനെ വിളിച്ചില്ല. ലൈബ്രറിക്ക് പിറകിൽ നിന്ന് കൊച്ചുകൈമള് മാഷ് ഒരിക്കൽ പറയുന്നത് അച്ചുതൻമാഷ് കേൾക്കാനിടയായി. "നമ്മളെ അണ്ടിമാഷിന്റെ സമഗ്രവനവികസനം. എന്തായി കുറുപ്പേ?"

എന്നും ഒറ്റയ്ക്കു നടന്നുശീലമുള്ള അച്ചുതൻമാഷ് അതുകേട്ട് നിസ്സംഗമായ ഒരു ചിരി ചിരിച്ചെങ്കിലും ഉള്ളിൽ നീറുന്ന കണ്ണുനീർ വീണു പൊള്ളി. ആരും തന്നെ കാണുന്നില്ലല്ലോ. ഞാൻ വിരിച്ചിടുന്ന വെള്ളപട്ടുവിരിപ്പിൽ ചെളിക്കാലുമായി വന്നു കയറാനാണല്ലോ എല്ലാവർക്കും ഔത്സുക്യം?

ഒരിക്കൽ ഗോവിന്ദൻകുട്ടി അച്ഛനോട് ചോദിച്ചു:

"സ്കൂളിന്റെ ചുറ്റുവട്ടോം പടർന്നു പന്തലിച്ച മൽഗോവയിലൊരെണ്ണമെങ്കിലും അച്ഛൻ ഞങ്ങടെ പറമ്പില് വെച്ചില്ലല്ലോ?"

അച്ഛൻ പറഞ്ഞു:

"നിന്റെ അമ്മ ആദ്യം പശുവിനെ പോറ്റാൻ പഠിക്കട്ടെ. എന്നിട്ടുമതി."

ശരിയായിരുന്നു. അമ്മ അലസമായി പോറ്റിയ പശു അച്ഛന്റെ മൽഗോവയുടെ പരിശ്രമങ്ങളിൽ ചവിട്ടിമെതിച്ചു. കോപിക്കാനും ഒച്ചയിടാനും അച്ഛന് പണ്ടേ വിമുഖതയുമാണ്.

സഹിക്കാനാവാതെ വേറൊരു തവണ ഗോവിന്ദൻകുട്ടി അച്ഛനോടു ചോദിച്ചു:

"എന്തൊരു രുചിയാണത്രെ സ്കൂൾ വളപ്പിലെ മൽഗോവയ്ക്ക്. അച്ഛനതൊക്കെ പറിച്ചു കൊണ്ടുവാരായിരുന്നില്ലേ?"

വലിയൊരു തമാശ കേട്ടതുപോലെ അച്ഛൻ ചിരിച്ചു.

“അച്ഛനാണല്ലോ അതു വെച്ചുപിടിപ്പിച്ചത്?”

മണ്ടത്തരം പറയാതെ ഗോവിന്ദാ. നീ പോ.

“ഈ അധ്വാനമൊക്കെ പിന്നെ ആർക്കുവേണ്ടിയായിരുന്നു?”

“എന്റെ കുട്ടികൾക്ക്, കാക്കയ്ക്ക്, അണ്ണാറക്കണ്ണന്,”

ഗോവിന്ദൻകുട്ടിക്ക് ഒന്നും മനസിലായില്ല.

അച്ചുതൻമാഷ് നിരാശയോടെ വായനാ മുറിയിലേക്ക് പോയി.

അതിരുകവിഞ്ഞ് നിരാശ തോന്നുമ്പോഴൊക്കെ അച്ചുതൻമാഷ് അങ്ങനെയാണ്. നേരെ വായനാമുറിയിലേക്ക്. ഷെൽഫിൽ നിറഞ്ഞ പുസ്തകത്തിൽ തപ്പിത്തപ്പി...

ഒരു തവണ കൊച്ചുകൈമള് മാഷ് അച്ചുതൻമാഷോട് ചോദിക്കുക പോലുമുണ്ടായി.

“എന്തിനാ അച്ചുതൻമാഷേ നിങ്ങളീ കണ്ണിക്കണ്ട പുസ്തകമൊക്കെ വാങ്ങി ഇല്ലാത്ത കാശ് കളേന്നത്? ആ പൈസ ഉണ്ടായിരുന്നെങ്കില് ഇസ്മാലിക്കാന്റെ ഹോട്ടലീന്ന് നാല് കോഴിബിരിയാണി കഴിക്കാലോ?”

എന്താണ് ഇയാളോട് പറയേണ്ടതെന്നറിയാതെ അച്ചുതൻമാഷ് ഒരു നിമിഷം നിന്നു. പിന്നെ പതുക്കെ പറഞ്ഞു.

“അങ്ങനെയാണെങ്കില് കൈമള് മാഷ്ക്കെന്തിനാ ഈ തല? വയറ് മാത്രം പോരാരുന്നില്ലേ?”

കൈമൾമാഷ്ക്ക് ഒന്നും പിടികിട്ടിയില്ല. അച്ചുതൻമാഷ് പറഞ്ഞത് ശരിയല്ലേ എന്ന് ഇടയ്ക്കു തോന്നി. അത്രതന്നെ.

ഇപ്പോൾ ഇടമലപ്പാറവരെ ബസ് വരുന്നുണ്ട്. കല്ലേരിപ്പുറത്ത് ഒരു പലചരക്കുകട. രണ്ട് മുറുക്കാൻ കട. ചായപ്പീടിക, കൊച്ചുവർത്തമാനത്തിന് നാലഞ്ചു ചെറുപ്പക്കാർ ഒക്കെയായി. പറമ്പുവഴി ഇടയ്ക്കു രൂപപ്പെട്ട ചെത്തുവഴി പഞ്ചായത്തു റോഡാക്കുന്ന വാർത്തയറിഞ്ഞ് ഗോവിന്ദൻകുട്ടിയുടെ ഉള്ളിൽ ഒരു ആളൽ. അച്ഛനോടു പറയുകയും ചെയ്തു.

“കശുവണ്ടി ആർക്കെങ്കിലും നാലഞ്ചു കൊല്ലത്തേക്ക് പാട്ടപ്പിരിവിനു കൊടുത്തു ചുറ്റുവട്ടത്തുള്ള ഭൂമി കൂടി വാങ്ങിയാലെന്താ അച്ഛാ?”

അച്ചുതൻമാഷിന് ഉത്തരത്തിന് അധികം ആലോചിക്കേണ്ടിവന്നില്ല.

“അന്ന് ഒരു മുച്ചിന് വാങ്ങിയിട്ട ഈ എട്ടേക്കറ് തന്നെ അധികാ ഗോവിന്ദൂട്ടി. എനിക്ക് താൽപ്പര്യമില്ല. ഉള്ളതിനെ പരിചരിക്കാൻ തന്നെ....”

“അതല്ല അച്ഛാ, അത്.. പഞ്ചായത്ത് റോഡുകൂടി വന്നാപ്പിന്നെ ഭൂമിക്ക് പത്തിരട്ടി വില കയറും. നമ്മുടെ പറമ്പിന്റെ നാലതിരും എത്ര ഏക്കറു ഭൂമിയാണ് വെറുതെ...”

അച്ചുതൻ മാഷ് ഒന്നും പറഞ്ഞില്ല.

ഗോവിന്ദൻകുട്ടിയുടെ മുഖത്തേക്ക് തറപ്പിച്ചു നോക്കി. ആ മുഖത്ത് നിരാശ പടർന്നുനടക്കുന്നത് ഗോവിന്ദൻകുട്ടി കണ്ടു.

അച്ചുതൻമാഷ് പുസ്തകഷെൽഫിനടുത്തേക്ക് പോയി.

ഒരാഴ്ച കഴിഞ്ഞില്ല. ഗോവിന്ദൻകുട്ടി പറഞ്ഞു.

“നമ്മള് മനസ്സില് കാണന്നേന് മുമ്പ് മരത്തില് കാണും ഇപ്പോഴത്തെ മനുഷ്യർ.” ഗോവിന്ദൻകുട്ടിയുടെ സ്വരം നിറച്ച് നിരാശ.

എന്തുണ്ടായി എന്ന മട്ടിൽ മാഷ് മകനെ നോക്കി.

“കിഴക്കെ പറമ്പീന്ന് രണ്ടേക്കറ് ഒരു നസ്രണി വെലക്കെടുത്തൂത്രെ. പൊന്നുവിലയ്ക്ക്. വീടുവെക്കാനും കൃഷിക്കും.”

അച്ചുതൻമാഷ് പറഞ്ഞു.

“നന്നായി. ഈ പ്രദേശത്ത് ആളനക്കംണ്ടാവട്ടെ. ഒന്നു മിണ്ടിപ്പറയാൻ ഒരയൽക്കാരനായല്ലോ.”

അച്ചുതൻമാഷ് അന്നു മുഴുവൻ വലിയ സന്തോഷത്തിലായിരുന്നു. എത്ര കാലമായി ആഗ്രഹിക്കുന്നതാണ്. സത്യം പറഞ്ഞാൽ മാഷിന് ഈ വിജനതയും ഏകാന്തമൂകതയും നന്നേ മടുത്തുകഴിഞ്ഞിരുന്നു. കൃഷിയും വെള്ളം നനയ്ക്കലും കിളയ്ക്കലും പറിക്കലും മാത്രമല്ലല്ലോ ജീവിതം. കുഞ്ഞുണ്ണിക്കിപ്പോൾ വയ്യാണ്ടായി. അല്ലെങ്കിൽ അവനെ വിളിച്ചുവരുത്താമായിരുന്നു. വന്നു കിട്ടിയാൽ ദിവസങ്ങളോളം അച്ചുതൻമാഷ് കുഞ്ഞുണ്ണിയെ വിടില്ല. കഴിഞ്ഞ സീസണിൽ ഒരു ജീപ്പ് നിറയെ സാധനങ്ങൾ കയറ്റി അച്ചുതൻമാഷ് കുഞ്ഞുണ്ണിയെ കാണാൻ പോയി. രണ്ടു ചാക്ക് നെല്ല്, നാല് വലിയ പടവലം, അഞ്ചെട്ട് വെള്ളരി, ചക്ക നൂറ്റമ്പത് നാളികേരം.

കുഞ്ഞുണ്ണിയുടെ കണ്ണു നിറഞ്ഞു.

പണ്ട് ആ ഭൂമിയെടുക്കുമ്പോൾ തടഞ്ഞ് നിർത്തിയവനാ ഞാൻ. സത്യത്തിൽ ശങ്കയായിരുന്നു. കഠിനാധ്വാനവും വിശ്വാസവും കൊണ്ട് അച്ചുതൻമാഷ് എല്ലാം നേടി. ഞാൻ എല്ലാ കേരളീയനെയും പോലെ ശങ്കിച്ചു ശങ്കിച്ചു ജീവിക്കുകയും ദുഃഖിച്ചു മരിക്കുകയും ചെയ്യുന്നു.

അച്ചുതൻമാഷ് അന്ന് കുഞ്ഞുണ്ണിയുമായി ഏറെ നേരം വർത്തമാനം പറഞ്ഞിരുന്നു. മക്കളെപ്പറ്റിത്തന്നെ. അച്ചുതൻമാഷിന്റെ തൊണ്ടയിടറി. “മക്കളിലാർക്കും ഭൂമിയോട് സ്നേഹമില്ല. കാലാനുസൃതമായി കൂടിക്കൊണ്ടിരിക്കുന്ന ഭൂമിയുടെ വിലയുടെ കണക്കെടുത്തു ജീവിക്കുന്നു. പഞ്ചായത്ത് റോഡ് വരുന്നത് സ്വപ്നം കണ്ടു കഴിയുന്നു. സ്വപ്നത്തിൽ നിറയെ റിയൽ എസ്റ്റേറ്റാ. ഇടയ്ക്ക് താഴെത്തട്ടിൽ വെള്ളം തേവിയൊഴിക്കാൻ സഹായിക്കാൻ പോലും വൈമനസ്യം. പ്രായമായി. ഞാനാ പറമ്പിലെവിടെയെങ്കിലും തലചുറ്റി വീണാൽ ആരു കാണും?”

അച്ചുതൻമാഷിന്റെ കണ്ണുനിറയുന്നത് കണ്ട് കുഞ്ഞുണ്ണി അമ്പരന്നു.

ജീവിതത്തിലാദ്യമായി ആ ശബ്ദമിടറുന്നതും കണ്ണുകൾ നിറയുന്നതും കാണുകയാണ്. മാഷിന്റെ ഏകാന്തത കുഞ്ഞുണ്ണി അന്നാദ്യമായി വായിച്ചു...

2

പുതിയ അയൽക്കാരൻ വന്നു എന്നു കേട്ടതുമുതൽ ഒന്നു പരിചയപ്പെടണമെന്നു തോന്നിയതാണ്. തെക്കുനിന്നു വന്ന ഒരു നസ്രാണിയെന്നൊക്കെ കേട്ടതല്ലാതെ നാളിതുവരെ ആളെ കണ്ടിട്ടില്ല. കണ്ടില്ല എന്നു പറഞ്ഞുകൂടാ. ഒരു വിദൂര വീക്ഷണം മാത്രം. പറമ്പിൽ കല്ലും പൂഴിയും കമ്പിയും സിമന്റും ഇറക്കാൻ ലോറികൾ വന്നു. കൈക്കോട്ടും പിക്കാസും കയറ്റി ടെമ്പോവാനും കൂലിക്കാരും വന്നു. എന്നൊക്കെ കേട്ടു. പഴയതുപോലെയല്ല. ആഗ്രഹിക്കുമ്പോഴേക്കും ശരീരം വഴങ്ങിത്തരുന്നില്ല.

മാഷിന്റെ ഇളയമകൻ സത്യശീലൻ പറഞ്ഞു.

"അച്ഛനെന്തിനാണിങ്ങനെ ധൃതി. പുതിയ അയൽപക്കമാവുമ്പോ ഇങ്ങോട്ടുവന്നു പരിചയപ്പെടലാ അതിന്റെയൊരു മര്യാദ. ഇത്രയായിട്ടും അയാൾക്കത് തോന്നിയില്ലല്ലോ."

ഗോവിന്ദകുട്ടി ഒരു ദിവസം പറഞ്ഞു.

"ഞാനാ നസ്രാണിയെ കണ്ടച്ഛാ, തോമസുക്കുട്ടി. ചക്ക പോലെയാ അയാളുടെ ഭാവം. എന്തൊരു ഗൗരവം. എട്ടേക്കറിനേക്കാൾ വലുതൊന്നുമല്ലല്ലോ അയ്യാടെ ഞഞ്ഞാമിഞ്ഞാ രണ്ടേക്കറ്. കണ്ടപ്പഴേ അയാൾ ആള് ശര്യല്ലാന്നെനിക്കു തോന്നീരുന്നു. ഞാൻ കേറി ചെറുതായൊന്ന് ഒടക്കുകേം ചെയ്തു."

അച്ചുതൻമാഷിന്റെ മനസിൽ തീപാളി.

"ഒടക്കുകയോ? എന്തായീ കേൾക്കുന്നത്. അയ്യാള് നമ്മടെ അയൽക്കാരനല്ലേ?"

ഗോവിന്ദൻകുട്ടി തിരുത്തലിന്റെ ആമുഖം പോലെ പറഞ്ഞു.

"കിഴക്കെപ്പുറമ്പിന്റെയതിര് അച്ഛൻ വച്ച ആ മഹഗണിയില്ലേ?"

അച്ചുതൻമാഷിന് എവിടെയോ പതറി.

"അത്..."

"അതെ മഹാഗണിതന്നെ. പറഞ്ഞ് പറഞ്ഞ് അയ്യാളതിനിപ്പുറത്ത് തെങ്ങുനടാൻ കുഴികുഴിക്കാനുള്ള ശ്രമായി. തൊടക്കത്തില് തന്നെ ഒരു ഉരസലെന്തിനാണെന്ന് കര്തിയാ ഞാനധികം കേറി പറയാതിരിക്കുന്നത്."

"എത്ര നിസ്സാരമായാണീ ഗോവിന്ദൻ..."

അച്ചുതൻമാഷ് അൽപ്പം ശാസനാരൂപത്തിൽ ഇത്രയും പറഞ്ഞു നിർത്തി.

"നിങ്ങളാരും അതിർത്തീടെ കാവലാളാവണ്ടാ. ഒരു പുതിയ അയൽക്കാരനെ സ്വീകരിക്കേണ്ടത് ഇങ്ങനെയാണോ?"

ഗോവിന്ദൻകുട്ടിയുടെ മുഖത്ത് പുച്ഛം നിറഞ്ഞു.

"നല്ല അയൽക്കാരൻ!"

നേരിട്ടിടപെട്ടില്ലെങ്കിലും ഈ സംഭവം അച്ചുതൻമാഷെ ചെറുതായൊന്നുമല്ല അസ്വസ്ഥനാക്കിയത്. ഇപ്പോഴത്തെ ചെറുപ്പക്കാർക്ക് മനുഷ്യരോടും ഭൂമിയോടും എങ്ങനെയാണ് പെരുമാറേണ്ടതെന്നറിയില്ല. എടുത്തുചാട്ടമാണ് അവരുടെ രീതി. പുതിയ അയൽക്കാരന് എന്തുമാത്രം വിഷമനുഭവപ്പെട്ടിട്ടുണ്ടാവും. ഗോവിന്ദൻകുട്ടിയുടെ സ്വഭാവം വെച്ചുനോക്കിയാൽ കണക്കിന് പറഞ്ഞിട്ടുണ്ടാകും...

അയാളെ നേരിൽക്കണ്ട് ക്ഷമാപണം ചെയ്യണമായിരുന്നു. അതിന് ആ ചങ്ങാതിയെ ഒന്നുകണ്ടുകിട്ടണ്ടേ?

3

സത്യശീലനും ഗോവിന്ദൻകുട്ടിയും സേതുനാഥനും ഒന്നിച്ചാണ് അത് പറയാൻ വന്നത്.

"അച്ഛാ, നമ്മടെ മഹാഗണീം കഴിഞ്ഞ് അയ്യാളുടെ കൃഷി ഇങ്ങോട്ടേക്ക് നീണ്ടുവരുന്നു."

സേതുനാഥനും കൂട്ടുചേർന്നു.

"ഇരുപത്തിനാലുമണിക്കൂറും അതിരുമാന്തലും കൊത്തലും കിളക്കലുമാ അയാളുടെ പണി. ചെന്നു നാല് വർത്തമാനം പറയട്ടെ അച്ഛാ?"

അച്ചുതൻമാഷ് തടഞ്ഞു.

"അതൊന്നും പാടില്ല. ഒരു നല്ല അയൽക്കാരനേ ഒരു നല്ല മനുഷ്യനാകാൻ പറ്റൂ. ഞാനയാളെക്കണ്ട് സംസാരിച്ചോളാം. പോരേ?"

മക്കൾക്ക് അൽപ്പം സന്തോഷം തോന്നി.

പിറ്റേന്ന് ഗോവിന്ദൻകുട്ടി അക്ഷമയോടെ ചോദിച്ചു.

"അയാളെക്കണ്ട് സംസാരിച്ചോ അച്ഛാ?"

"ഇല്ല. എനിക്കീ ധൃതി പരിചയമില്ല. സാവകാശം പോകാം."

സത്യനാഥൻ അസ്വസ്ഥനായി: "കെഴക്കെ പറമ്പിന്റെ അതിർത്തീന്ന് ശബ്ദം കേൾക്കുന്നുണ്ടോ അച്ഛന്? അതിര് മാന്തുകയാ അയാള്. ഇപ്പഴ് തന്നെ അച്ഛൻ പോകണം."

"പണിസ്ഥലത്ത് വെച്ച് പാടില്ല തർക്കം."

ഉത്തരം മക്കൾക്ക് വേണ്ടത്ര ദഹിച്ചില്ല.

പറമ്പിൻകോണിലിരുന്ന് ഗോവിന്ദൻകുട്ടി തന്റെ അമർഷം അനുജനോട് പറഞ്ഞു:

"അച്ഛൻ നന്നാവില്ല. പണ്ടെപ്പോഴോ അഞ്ചെട്ടേക്കറ് കാട് വാങ്ങി പറമ്പാക്കി എന്നതൊക്കെ ശരിയാ. പക്ഷേ, ഉണ്ടാക്കിവെച്ചതൊക്കെ

സ്കൂളിലെ മൽഗോവപോലെ വല്ലോർക്കും കൊടുക്കാനാ പണ്ടേ അച്ഛനു വാസന."

സത്യശീലൻ നെഞ്ചിലേക്ക് ശ്വാസം കയറ്റിവിരിച്ച് അമർഷമടക്കി.

"അച്ഛനൊരുത്തൻ തടയുന്നതു കൊണ്ടാ, ഇല്ലെങ്കീ ആ നസ്രാണീടെ അതിരുമാന്തല് ഒരുദിവസംകൊണ്ട് അവസാനിപ്പിച്ചേനെ... എവിടെ നിന്നോ വലിഞ്ഞുകേറിവന്ന ഒരു തെക്കനാണെന്ന വിചാരമെങ്കിലുമുണ്ടോ ആ നസ്രാണിക്ക്?"

4

സേതുനാഥൻ നിൽക്കപ്പൊറുതി തരില്ലെന്നായപ്പോഴാണ് അച്ചുതൻമാഷിന് പുതിയ അയൽക്കാരനെ കാണണമെന്നു തോന്നിയത്.

സത്യത്തിൽ അച്ചുതൻമാഷിന് മനസ്സ് നിറയെ ചമ്മലായിരുന്നു. എന്തോ തെറ്റു ചെയ്തതുപോലെ. തോമസിനോട് ഗോവിന്ദൻകുട്ടി അങ്ങനെ പെരുമാറാൻ പാടില്ലായിരുന്നു. ഒരയൽക്കാരനോട് ഇങ്ങനെയാണോ പെരുമാറേണ്ടത്?

അച്ചുതൻമാഷ് തെക്കെ വളപ്പിൽ ചെന്നുകയറുമ്പോൾ തോമസ് മോട്ടോർ കൊണ്ട് വെള്ളമടിക്കുകയായിരുന്നു. അതിന്റെ അസഹ്യമായ ശബ്ദത്തിൽ തോമസ് അച്ചുതൻമാഷോട് സംസാരിച്ചു.

മാഷായിരുന്നു തുടക്കമിട്ടത്.

"കുറെനാളായി ഒന്ന് കാണണമെന്ന് തോന്നിയിരുന്നു."

മോട്ടോറിന്റെ ബഹളത്തിനുള്ളിൽനിന്ന് ചിറികോട്ടി ചെവി ചെരിച്ചുപിടിച്ച് തോമസ്.

"എന്തോ?"

"അല്ല, കുറേനാളായി വിചാരിക്കുന്നു ഒന്നു കാണണമെന്ന്. ദൂരെനിന്ന് കണ്ട് എന്നല്ലാണ്ട് വർത്തമാനം പറയാൻ പറ്റീട്ടില്ല. ഞാൻ അടുത്ത പറമ്പിലെ അച്ചുതൻമാഷ്."

രോമാവൃതമായ വലത്തെ കൈത്തണ്ടയിലേക്ക് അയാൾ പൈപ്പ് മാറ്റി.

"കേൾക്കുന്നില്ലാ.."

അച്ചുതൻമാഷിന് അപമാനം തിരിച്ചറിയുന്നുണ്ട്.

അച്ചുതൻമാഷിന്റെ മുഖം വിളറുന്നത് കണ്ടതോടെ തോമസിന് ഹരം കയറി.

“എനിക്കീ രണ്ടേക്കറ് പുല്ലാണ്. എന്നാലും കളിച്ചാൽ കളി പഠിപ്പിക്കുന്നവനാ ഈ തോമസ്. മഹാഗണിയും ചേർത്താ രേഖേല്.”

മോട്ടോറിന്റെ ശബ്ദം കുറെക്കൂടി ഉച്ചത്തിലായി.

അച്ചുതൻമാഷ് പറഞ്ഞു:

“മഹാഗണിയുടെ കാര്യം പറയാനല്ല ചങ്ങാതി ഞാൻ വന്നത്.”

തോമസ് മുഖം കോട്ടി, ചെവി ഒന്നുകൂടി ചെരിച്ചു പിടിച്ചു.

“എന്ത്? വെള്ളത്തിന്റെ രാസസൂത്രം H_2O ആണെന്നോ? കേൾക്കുന്നില്ലാ. എന്ത്, ഒരു ചക്രീയ ചതുർഭുജത്തിന്റെ എതിർശീർഷകകോണുകളുടെ അളവുകളുടെ തുക 180 ഡിഗ്രിയാണെന്നോ, മനസിലാവുന്നില്ല.”

അച്ചുതൻമാഷ് അന്നു സന്ധ്യയാവോളം പുസ്തകഷെൽഫിൽ എന്തോ പരതി നടന്നു.

5

അന്നു രാത്രി അച്ചുതൻമാഷ് ഒരു സ്വപ്നം കണ്ടു:

പിരിഞ്ഞുവന്ന സ്കൂളിൽ താൻ പഠിപ്പിക്കുന്നു. ശ്രദ്ധയോടെ കേട്ടിരിക്കുന്ന കുഞ്ഞുങ്ങളുടെ മുഖത്ത്, പക്ഷേ, ഭാവവ്യതിയാനങ്ങളില്ല. അവരുടെ കണ്ണുകൾ മാത്രം ചലിക്കുന്നു.

അച്ചുതൻമാഷ് മേശപ്പുറത്ത് ആഞ്ഞടിച്ചു. എന്നിട്ടും മാറ്റമില്ലെന്ന് കണ്ടപ്പോൾ പിൻഭാഗത്തെ സീറ്റിലിരുന്നയാളോട് എഴുന്നേൽക്കാൻ പറഞ്ഞു.

'എവിടെയാണ് നിന്റെ മനസ്സ്. സ്റ്റാന്റപ്പ്!'

കുട്ടി കണ്ണുകൾ താഴ്ത്തിനിന്നു.

എന്തുകൊണ്ടോ അച്ചുതൻമാഷിന് കലി സഹിക്കാനായില്ല.

അവന്റെ തോളിൽ പിടിച്ചുണർത്തി.

'ചോദിച്ചതു കേട്ടില്ലേ. എവിടെയാണ് നിന്റെ മനസ്സ്?'

അപ്പോഴാണ് മാഷിന് കാര്യം ബോധ്യമാകുന്നത്. ഇത് മനുഷ്യശരീരമല്ല. പ്ലാസ്റ്റിക്കിൽ കുഴച്ച മെഴുകുരൂപം.

മാഷ് പരിഭ്രാന്തിയോടെ ഓരോ കുട്ടികളേയും തൊട്ടുനോക്കി. എല്ലാം ഒരേ രൂപങ്ങൾ.

എന്തുകൊണ്ടോ മാഷ് മുഖംപൊത്തിക്കരഞ്ഞു.

എല്ലാം വ്യർഥമായിപ്പോയല്ലോ ഈശ്വരാ...

6

കടും പുലർച്ചയിലെപ്പോഴോ, ആരോ മാഷിനെ തൊട്ടുവിളിച്ചു.

മാഷ് കണ്ണു തുറന്നു.

സേതുനാഥൻ.

മഴ പെയ്യുന്നുണ്ടായിരുന്നു.

"അച്ഛാ എഴുന്നേൽക്കുന്നേ.."

"എന്തുപറ്റി?"

അപ്പോഴേക്കും ഗോവിന്ദൻകുട്ടി അരികിലെത്തി. അവൻ ഒരു ഷാൾ കൊണ്ട് ചെവി മൂടിക്കെട്ടിയിരുന്നു. കൈയിൽ നെടുനീളൻ ടോർച്ച്. വസ്ത്രങ്ങൾ ഒക്കെ നനഞ്ഞ് കുതിർന്നിരുന്നു. പുറത്തുപോയി വന്നതേയുള്ളു.

മാഷ് വേവലാതിയോടെ എഴുന്നേറ്റിരുന്നു.

"ങ്ഹേ, എന്തുപറ്റി?"

"ഇനിയെന്തുപറ്റാൻ എല്ലാം പോയി."

"എന്തുപോയീന്നാ?"

സേതുനാഥൻ ഇടപെട്ടു.

"അച്ഛാ, അച്ഛൻ വല്ല ശബ്ദവും കേൾക്കുന്നുണ്ടോ?"

അച്ചുതൻമാഷ് ചെവിയോർത്തു.

"മഴപെയ്യുന്നുണ്ട് അല്ലേ?"

"ഒന്നു ശരിക്ക് ചെവിയോർത്തു നോക്കു."

സേതുനാഥൻ മാഷിന്റെ മുറിയുടെ ജനാല തുറന്നിട്ടു.

പീതനിറമുള്ള പുറംപുലർച്ചയിലേക്ക് മാഷ് ചെവിയും കണ്ണുമൂന്നി.

"എന്തോ കൊത്തുകയും കിളയ്ക്കുകയും ചെയ്യുന്നതുപോലെ തോന്നുന്നല്ലോ?"

അതുപോലെ അമർഷം കടിച്ചുപിടിച്ചു നിന്ന ഗോവിന്ദൻകുട്ടി ശബ്ദം കൂട്ടി.

"തോന്നുന്നതല്ല. യാഥാർത്ഥ്യമാണ്. ആ തോമസ് കുട്ടി ഇന്നലെ രാത്രി എട്ടു ലോറി കല്ലിറക്കി. ജനറേറ്റർവെച്ച് പണിക്കാരെക്കൊണ്ട് ഒറ്റരാത്രി കൊണ്ട് മതിൽകെട്ടി. അവസാനമിനുക്കുപണിയുടെ ഒച്ചയാ ആ കേൾക്കുന്നത്."

മാഷിന് ആശ്വാസം തോന്നി.

"അതാണോ കാര്യം? ഞാൻ കരുതി വല്ല അത്യാഹിതവും സംഭവിച്ചൂന്ന്... അതിന് നിങ്ങളിങ്ങനെ പരിഭ്രമിക്കേം ഉറക്കമിളക്കുകേം ചെയ്യുന്നതെന്തിന്?"

മഹാഗണിയും ചേർത്താണ് അയാൾ മതിലുകെട്ടിയത്. അടിയുണ്ടാകുമെന്നുകരുതി കള്ളും പന്നിയിറച്ചിയും കൊടുത്ത് ഏഴെട്ട് തടിമാടന്മാരെയും തോമസ് കുട്ടിന് കൊണ്ടുവന്നിട്ടുണ്ട്. കള്ളനെപ്പോലെ പാത്തും പതുങ്ങിയും ഞാനൊരുവിധം കണ്ടുപോന്നതാ. കണ്ണീപ്പെട്ടിരുന്നെങ്കിൽ അവൻ ശരിപ്പെടുത്തിയേനെ."

നീണ്ട നിശ്ശബ്ദത. ചെത്തുകയും മിനുക്കുകയും ചെയ്യുന്ന ശബ്ദത്തിന്റെ ഇത്തിരിപ്പോന്ന ചീളുകൾ മാഷിന്റെ മുറിയിലെത്തിക്കൊണ്ടിരുന്നു.

ഗോവിന്ദൻകുട്ടി അക്ഷമ കൊണ്ടു.

"എന്താ ഒന്നും മിണ്ടാത്തത്?"

"അച്ഛനൊന്ന് മൂളിയാ മതി. ഏഴിന് എഴുപത് ഗുണ്ടകളെ ടൗണീന്ന് ഞാൻ വരുത്തിക്കും. പിന്നെ രണ്ടേക്കറും നോക്കി ആ നാറി ഈ പരിസരത്ത് വരില്ല."

അച്ചുതൻമാഷ് രൂക്ഷമായി ഗോവിന്ദൻകുട്ടിയെ നോക്കി.

"ഗോവിന്ദൻകുട്ടീ, നീ അതിരു കടക്കുന്നു. ഭൂമിയുടെ കാവലാളാകാൻ ഞാനാരേയും ഏൽപ്പിച്ചിട്ടില്ല... ഒരാൾക്ക് ഒരു മതിലു കെട്ടാനെയാവൂ. അയാൾ കെട്ടട്ടെ... നിങ്ങള് പോയി കെടന്നൊറങ്ങ്."

ഗോവിന്ദൻകുട്ടിയുടെ തൊണ്ടയിൽ വാക്കുകളുടെ കരിമ്പാറ തടഞ്ഞു.

അയാൾ പെട്ടിയുമെടുത്ത് നഗരത്തിലേക്കുതന്നെ പിണങ്ങിപ്പോയി.

7

മുടിഞ്ഞ വാർധക്യപീഡയാണ്. ഉറക്കത്തെ ശപിച്ചുകൊണ്ട് മാഷ് എഴുന്നേറ്റു.

പുറത്തുനിന്ന് ആരോ വിളിക്കുന്നു. ആരാണീ ഉച്ചനേരത്ത്? അതും ഒരു പെൺശബ്ദം.

"സത്യശീലാ, ഒന്നുപുറത്തുപോയി നോക്കിയേ. ആരോ വിളിക്കുന്നു."

പ്രതികരണമില്ല.

"സത്യശീലാ... ഇവനെവിടെപ്പോയി. ഇങ്ങനെ ഇടയ്ക്കിടെ..."

ഒടുവിൽ മാഷ് തന്നെ പുറത്തേക്കു നടന്നു.

നോക്കുമ്പോൾ മുറ്റത്തുനിൽക്കുന്നു പാത്തുമ്മറ്റ്യാര്.

"എന്താ ഉമ്മറ്റ്യാരെ, ഈ വഴിക്കൊന്നും കാണാനേയില്ലല്ലോ."

"മോന്റെ ഓള് പെറ്റുകിടക്കയാ. പെരക്കെ പണിക്കുതന്നെ നാലാള് വേണം. വയസ്സായി. പിന്നെ നടന്നിങ്ങ് എത്തുമ്പഴേക്കും കിതപ്പുതുടങ്ങും,."

"വന്നകാര്യം പറഞ്ഞില്യ."

"എന്റെ പശുവിനെ കാണാണ്ടായി. അന്വേഷിച്ചു തളർന്നു. ഒടുല് ആ തോമാച്ചന്റെ പറമ്പിലുണ്ടെന്ന് കേട്ടു. ചെന്നു നോക്കിയപ്പോ അതിനെ കെട്ടിയിട്ടിരിക്കുന്നു."

"അതുവേണം.. പശുവിനെ കെട്ടിയിട്ട് പോറ്റണംന്ന് നൂറുതവണ ഉപദേശിച്ചതല്ലേ ഞാൻ."

"നാലുസെന്റ് കുടികിടപ്പ് കിട്ടിയ എനിക്കെവിടെയാ മാസ്ട്രെ പുല്ല്. നാട്ടാർടെ പറമ്പിലല്ലാണ്ട് ഞാനെവിടെയാ മേയ്ക്ക്യാ?"

"ഇതൊക്കെ പാപമല്ലേ? വല്ലവരും നട്ടു വളർത്തണ തളിരൊക്കെ

അത് കടിക്കില്ലേ?

"ഒറ്റത്തുള്ളി വെള്ളം ചേർക്കണ്ടാ ഞാൻ നാട്ടുകാർക്ക് പാലുകൊടുക്കുന്നത് മാസ്ട്രേ. വെള്ളം ചേരാത്ത പാല് ഇക്കാലത്ത് ശീമേന്ന് പോലും കിട്ട്വോ?"

മാഷിന് ചിരിവന്നു.

"കൊന്നാ പാപം തിന്നാ തീരും എന്ന് പറേന്നത് പോലൊരു സിദ്ധാന്തം, അല്ലേ?...അതിരിക്കട്ടെ പശുവിനെ കിട്ടിയില്ലേ?"

"അതിനാണ് ഞാൻ വന്നത്."

പാത്തുമ്മറ്റ്യാരുടെ ക്ഷീണിച്ച കണ്ണുകൾ നിറയാൻ തുടങ്ങി.

"ഞാൻ കരഞ്ഞ് പറഞ്ഞിട്ടും ആ കരിങ്കൊരങ്ങൻ പശുവിനെ തര്ന്നില്ല. മാഷൊന്നു പറയണം."

മാഷ് പതറി.

"ഞാനോ... നല്ല കഥയായി! അയാളെന്നെ ഊർജതന്ത്രവും, കെമിസ്ട്രിയും പഠിപ്പിക്കും."

"ഞാൻ മാഷിന്റെ കാലു പിടിക്കാം. നേരത്തോട് നേരായി. ഒരു തുള്ളി വെള്ളും കൊടുത്തിട്ടില്ല ആ മിണ്ടാപ്രാണിക്ക്. എറിഞ്ഞും അടിച്ചും മേല്മുഴുവൻ ചോരയാ. ഇന്നോ ഇന്നലെയോന്ന് കര്തി പെറാനിരിക്കുന്ന പശുവാ."

അച്ചുതൻമാഷിന് എന്താണ് പറയേണ്ടതെന്നറിയില്ല.

"പാത്തുമ്മ്യറ്റാരേ, ഞാൻ പറഞ്ഞാ.."

ഒന്നു നിർത്തി മാഷ് തുടർന്നു.

"മാത്രമല്ല, മക്കൾക്കൊന്നും ഞാനവിടെ പോയാൽ ഇഷ്ടപ്പെടുന്നില്ല."

"മാഷ് ചെന്ന് പറഞ്ഞാ, പശൂനെ തരാം എന്നാണ് ഓൻ പറേന്നത്."

"ആര്? ആ തോമസോ?"

പാത്തുമ്മറ്റാർ തലയാട്ടി.

മാഷിനത് അവിശ്വസനീയമായിത്തോന്നി. ഒടുവിൽ മനസില്ലാമനസോടെ മാഷ് മുണ്ട് മാടിക്കുത്തി പാത്തുമ്മറ്റായരുമൊത്ത് തൊടി മുറിച്ചു നടന്നു.

പുഞ്ചയിലേക്ക് കീറിയിട്ട ഓവുചാലിനടുത്തെത്തിയപ്പോൾ പാത്തുമ്മറ്റ്യാർ എന്തോ സ്വകാര്യം പറയാൻ ബുദ്ധിമുട്ടുന്നത് അച്ചുതൻമാഷ് കണ്ടു.

"ഞാനൊരു കാര്യം പറഞ്ഞാ മാഷ് എന്റെ മോനെ വഴക്കു പറയുമോ?"

"വഴക്കു പറയാനോ? എന്തിന് ആരെ?"

"സത്യശീലനെ, മാഷ് എനിക്കൊരു ആങ്ങളെപ്പോലെയായോണ്ട് പറയ്വാ. ആ തോമസുകുട്ടിക്കൊരു മോളുണ്ട്. ത്രേസ്യ. ത്രേസ്യേം സത്യനും.."

"സത്യപാലനോ?"

"അതെ, പുല്ലരിയുന്നിടത്തൊക്കെ പലവട്ടം ഞാനവരെ... അയ്യാളൊരു

മൃഗമാ... ഇത് കൊന്നിട്ടാലറിയാത്ത ഭൂമിയാ.. അവനതും അതിലപ്പുറോം ചെയ്യും... അതോണ്ടു പറഞ്ഞതാ."

അച്ചുതൻമാഷിന് കണ്ണിലിരുട്ടുകയറുന്നതായി തോന്നി.

മാഷിന്റെ വാടിയ മുഖം കണ്ടിട്ടാവണം പാത്തുമ്മറ്റ്യാര് സമാധാനിപ്പിച്ചു.

"നമ്മുടെ ഗോവിന്ദൻകുട്ടീടെ പ്രകൃതമല്ല സത്യന്. അനുസരണയുള്ള കുട്ടിയാ, മാഷ് പറഞ്ഞാ കേൾക്കും."

മാഷ് വെറുതെ മൂളുകമാത്രം ചെയ്തു.

മതിലുചുറ്റി തോമസ്കുട്ടിയുടെ വീട്ടിലെത്തിയപ്പോഴേക്കും മാഷിന് കിതപ്പനുഭവപ്പെട്ടു.

തെങ്ങിനു വെള്ളമടിച്ചുകൊണ്ടിരുന്ന തോമസ് മാഷിനെ കണ്ടയുടനെ മോട്ടോർ ഓഫാക്കി. മടിക്കുത്തഴിച്ചു. മുഖത്ത് നിറയെ ആദരവ്.

"മാഷെ പ്രതീക്ഷിച്ചിരിക്കുകയായിരുന്നു. വരണം, വരണം..."

അച്ചുതൻമാഷ് തോമസ് കുട്ടിയുടെ സ്വഭാവത്തിലെ മാറ്റത്തിൽത്തന്നെ ഉറ്റുനോക്കിക്കൊണ്ടിരുന്നു.

മാഷിന്റെ പിറകെ ഒരു കുറ്റവാളിയെപ്പോലെ പാത്തുമ്മറ്റ്യാര് നിന്നു മൂക്കുപിഴിഞ്ഞു.

"കിഴക്കെ വരമ്പില് ഞാൻ കൊണ്ടുവെച്ച നാലു തെങ്ങിൻതൈകളിൽ മൂന്നും തിന്നു പശു. യോഗ്യരായിട്ട് വല്ലോർടേം മധ്യസ്ഥതേല് പശുവിനെ തരാന്ന് ഞാൻ വാശിപിടിച്ചു."

തോമസ് പിറകിലേക്ക് തിരിഞ്ഞു നിന്ന് വിളിച്ചുപറഞ്ഞു:

"ജോണീ, ആ പശൂനെ അഴിച്ചു കൊടുത്തേ."

പാത്തുമ്മറ്റ്യാര് നന്ദിപൂർവം മാഷിനെ നോക്കി.

പശുവിന്റെ ദേഹം മുഴുവൻ മുറിഞ്ഞിരുന്നു. പൊതിരെ തല്ലിയതിന്റെയും കല്ലെറിഞ്ഞതിന്റെയും മുറിവ്. അതിന്റെ തളർന്നവശമായ കണ്ണുകൾ ചുവന്നുകലങ്ങിയിരുന്നു. പാത്തുമ്മറ്റ്യാരെ കണ്ടതും അത് ദുർബലമായി കരഞ്ഞു.

"ങ്ഹാ മാഷ് കേറിയിരുന്നാട്ടെ"

അച്ചുതൻമാഷ് ചിരിച്ചെന്നുവരുത്തി.

"ഇത്തിരി ധൃതിയുണ്ട് തോമസേ."

"എന്നാലും നമ്മളയൽക്കാരായിട്ട് ഒരു ചായപോലും കഴിക്കാതെ..."

മാഷി നന്ദിപൂർവം ചിരിച്ചു.

"ചായയൊക്കെ നമുക്ക് പിന്നീടാവാം തോമസേ."

തിരിഞ്ഞു നടക്കുമ്പോൾ, എത്ര അടക്കിവെച്ചിട്ടും തോമസിൽ നിന്ന് അതു പുറത്തുവന്നു.

ഒരു മുഖവുരപോലെ മാഷിനെ തൊടിയിലോളം അനുധാവനം ചെയ്തുകൊണ്ട് തോമസ്കുട്ടി പറഞ്ഞു.

"ഒരയൽക്കാരനായ എന്നെ ചീത്തവിളിച്ചതിന് മാഷ് സ്വന്തം മകനെ വീട്ടിൽ നിന്നിറക്കിവിടാൻ പാടില്ലായിരുന്നു."

"അതിന് ഞാനാരേം ഇറക്കിവിട്ടില്ലല്ലോ തോമസേ... ഇതാര് പറഞ്ഞു?"

"ഗോവിന്ദൻകുട്ടി ആളൊരു ലഹളസ്വഭാവിയാ. പക്ഷേ സത്യശീലനുണ്ടല്ലോ മാഷിന്റെ തനിപ്പകർപ്പാ, എന്തൊരു വിനയം."

അച്ചുതൻമാഷിന്റെ മനസിൽ ദുരൂഹതകളുടെ കാർമേഘം വന്നു പടർന്നു.

തോമസ് കുട്ടി കൂട്ടിച്ചേർക്കുന്നു.

"മലേന്ന് തോട്ടവെച്ച് കാട്ടുപന്നിയെ പിടിക്കാൻ സഹായത്തിന് വരുന്നതുപോലും അവനാ..."

തിരിച്ച് വീട്ടിലെത്തിയപ്പോഴേക്കും മാഷ് തളർന്നു.

വഴിതെറ്റി നടന്നതിന്റെ ദൂരം മനസിലും കാലിലും കനത്തു.

ദുരൂഹതയുടെ കാർമേഘങ്ങൾ ഒന്നൊന്നായി മാഷിന്റെ മനസിൽനിന്ന് അഴിഞ്ഞുതുടങ്ങി. അച്ചുതൻമാഷിന് ഈ ലോകം ബഹളം കൊണ്ട് നിറഞ്ഞ ഏകാന്തതയായിത്തോന്നി.

പുസ്തക അലമാരിയെവിടെ?

8

ഗോവിന്ദൻകുട്ടി തിരിച്ചുവന്നു. മാഷിനത് എന്തെന്നില്ലാത്ത ആശ്വാസമുണ്ടാക്കി. സത്യശീലനെ നിയന്ത്രിക്കാൻ അവനുണ്ടായാലേ പറ്റൂ. കുഞ്ഞുണ്ണി കണ്ടറിഞ്ഞുതന്ന ഉപകാരം. എങ്കിലും തെങ്ങിന് വെള്ളമൊഴിക്കാനും കശുവണ്ടിത്തോട്ടത്തിൽ മരുന്നടിക്കാനും വാഴയുടെ ചുവട്ടിൽ മണ്ണു നിറച്ചുകൊണ്ടിരിക്കാനും ഈ വയസ്സൻ തന്നെ വേണം.

സിൽക്ക് ഡബിളുമുടുത്ത് ഗോവിന്ദൻകുട്ടി പിന്നിൽ കൈകെട്ടി തൊടിയിലൂടെ ഒരു പരിശോധകനെപ്പോലെ നടക്കുന്നത് കണ്ട് അച്ചുതൻമാഷിന് ചിരി വന്നു.

ഗോവിന്ദൻകുട്ടി തിരിച്ചുവന്ന് അടക്കാനാവാത്ത ഒരു ഓർമിപ്പിക്കലായിട്ടു പറഞ്ഞു.

"പുതിയ അയൽക്കാരൻ ശ്രീധരൻ ആ നസ്രാണിയുടെ ഏട്ടനാണ്. അതിരിൽ അച്ഛൻ വെച്ച മഹാഗണികളൊക്കെ ഇപ്പം ഇയാളുടെ റിയലെസ്റ്റേറ്റിലാ. പറഞ്ഞിട്ട് കാര്യംല്ല്യാന്നറിയാം. എന്നാലും ജന്മവാസനയുടെ ശല്യം കൊണ്ട് പറഞ്ഞുപോകുന്നു."

അച്ചുതൻമാഷ് പറഞ്ഞു.

"അതിലിൽ ആരും വൃക്ഷങ്ങൾ വെച്ചു പിടിപ്പിക്കരുത്. അച്ഛന് ജീവിതത്തിൽ പറ്റിയ അബദ്ധമായിരുന്നു അത്. ശിക്ഷയായിട്ട് ഞാനത് കണ്ടോളാം." ഗോവിന്ദൻകുട്ടിക്ക് അച്ഛൻ പറയുന്നതൊന്നും മനസിലായില്ല.

സേതുനാഥൻ പുറത്തുനിന്നും ഓടി വരുന്നത് സംസാരിച്ചിരിക്കുന്ന ഗോവിന്ദൻകുട്ടി കണ്ടു.സേതുനാഥനെ കണ്ടതും പൊടുന്നനെ സംസാരം നിർത്തി വീടിന്റെ പിൻഭാഗത്തേക്ക് മാറിക്കളഞ്ഞു. പോകുംമുമ്പ് അച്ഛൻ കാണാതെ ആഗ്യംകാണിച്ചു.

"പിൻഭാഗത്ത് ഞാൻ വരാം." സേതുനാഥൻ ഗോവിന്ദൻകുട്ടിയോട്

പറഞ്ഞു.

"ഗോവിന്ദേട്ടാ അവിടെ പൊരിഞ്ഞ ലഹളയാണ്. ആ തോമസും ശ്രീധരനും, ഇരുപക്ഷത്തും ശിങ്കിടികളുമുണ്ട്."

ഗോവിന്ദൻ അതാസ്വദിച്ചു ചിരിച്ചു.

"നിന്റെ വരവ് കണ്ടപ്പോഴേ എനിക്കു തോന്നി. കുറേയായി പുകഞ്ഞു കളിക്കുന്നുണ്ടല്ലോ, സർവേക്കാർ വന്ന ദിവസവുമാണല്ലോ."

"ഗോവിന്ദേട്ടനെന്തേ പിറകിലേക്ക് വരാൻ ആഗ്യംകാണിച്ചത്?"

"എടാ മണ്ടാ, അച്ഛനറിഞ്ഞാ വെറുതെ നിൽക്കോ? മൂപ്പര് കണ്ണി ക്കണ്ട പഴഞ്ചൻ പുസ്തകമൊക്കെ വായിച്ച് ഗാന്ധീന്റെ അളിയനാകാൻ നടകല്ലേ? കേറി സമാധാനിപ്പിക്കാൻ പോവും. അടി നടക്കില്ല."

സേതുനാഥൻ ഒരു നിമിഷം സ്തംഭിച്ചു.

"ഗോവിന്ദേട്ടന് ബുദ്ധിയുണ്ടെന്നറിയാം. എന്നാലും ഇത്ര ഭയങ്കര ബുദ്ധിയോ?"

"ആ തോമസ് കുട്ടിക്ക് പറ്റിയ പാർട്ടിയാ ശ്രീധരൻ. തല്ലി മരിക്കട്ടെ."

ഗോവിന്ദൻകുട്ടി തിരിച്ചു വരാന്തയിലെത്തിയപ്പോഴേക്കും അച്ഛനെ കാണാനില്ല.

"കിളപ്പണിക്ക് വന്ന കരുണേട്ടൻ പറഞ്ഞാണറിയുന്നത്. മാഷ്

കൊഴപ്പം നടക്കുന്ന സ്ഥലത്തുണ്ട്. പോണ്ട മാഷേന്ന് പറഞ്ഞപ്പോ, പിന്നെ നമ്മൾ അയൽക്കാരായിരിക്കുന്നതില് എന്തർഥം, കരുണാന്നും പറഞ്ഞ് മുണ്ടും മാടിക്കുത്തി ഒറ്റപ്പോക്കാ."

ഗോവിന്ദൻകുട്ടിക്ക് എന്താണ് ചെയ്യേണ്ടതെന്ന് പിടികിട്ടിയില്ല. കൂർപ്പിച്ചുവന്ന കലി പല്ലിനടിയിൽ അമർത്തിപ്പിടിച്ച് ബഹളം കേട്ട് ഭാഗത്തേക്ക് നീട്ടിവലിച്ചു നടന്നു.

"ഇതൊക്കെ ഒരഹന്തയാണ് മൽഗോവയും പഞ്ചാരക്കിണ്ണനും തഴച്ചു വളർന്നത് തൊട്ട് ആരംഭിച്ചതാ. ഇന്ന് രണ്ടിലൊന്നറിയണം. മധ്യസ്ഥം പൂർത്തിയാക്കാൻ വിടരുത്. അച്ഛനെ പരസ്യമായിത്തന്നെ ശാസിക്കണം. ശകാരിക്കണം, അപമാനിക്കണം, എങ്കിലേ ഇതൊക്കെ നിർത്തൂ."

ഗോവിന്ദൻകുട്ടിയുടെ മനസിൽ വാക്കുകൾ സമുദ്രംപോലെ ഇരച്ചു വന്നുകൊണ്ടിരിക്കുന്നു.

ബഹളവും അട്ടഹാസങ്ങളും അടുത്തടുത്തുവരുന്നു. ഗോവിന്ദൻകുട്ടി കാലുകൾ നീട്ടി നടന്നു. ആൾക്കൂട്ടത്തിനടുത്തെത്തുമ്പോഴേക്കും ഗോവിന്ദൻകുട്ടി ഘോരമായ ഒരു നിലവിളികേട്ടു.

ഗോവിന്ദൻകുട്ടിയുടെ ചങ്കിനുള്ളിൽ എന്തോ തറച്ചു കയറിയതുപോലെ തോന്നി.

ഈശ്വരാ. അത് അച്ഛന്റെ നിലവിളിയാണല്ലോ.

9

തോമസിനെ ആഞ്ഞുവെട്ടാനൊരുങ്ങിയ കത്തിയുടെ മൂർച്ച.

ക്രൂരമായ അട്ടഹാസങ്ങളെ സമാധാനിപ്പിച്ചുവിടാനുള്ള ഒരു വൃദ്ധന്റെ ദുർബലമായ സ്നേഹസാന്ത്വനങ്ങൾ.

ഇടയ്ക്ക് വാക്കു മുറിഞ്ഞുവീണ് ചോര പടർന്നു. ഒറ്റവെട്ട് മാത്രം.

വായ്ത്തലയ്ക്ക് അത്ര മൂർച്ചയുണ്ടായിരുന്നു.

ആശുപത്രിയിൽ കുഞ്ഞുണ്ണി നിറകണ്ണുകൾ ഒപ്പി ഏങ്ങലടിച്ചുകൊണ്ടിരുന്നു.

അച്ചുതൻമാഷ് കുഞ്ഞുണ്ണിയെ തൊട്ടു.

മാഷ് ദുർബലനായി ചുണ്ടനക്കി.

"എന്റെ ഭാഷ നിനക്ക് മനസിലാവ്ണ്ണ്ടോ, കുഞ്ഞുണ്ണീ?"

കുഞ്ഞുണ്ണിയുടെ നെഞ്ചിൽ കരച്ചിൽ വന്നു നിറഞ്ഞുമൂടി.

"സ്കൂളിലെ മൽഗോവയ്ക്ക് സുഖാണോ കുഞ്ഞുണ്ണീ?"

കുഞ്ഞുണ്ണി കണ്ണീരൊപ്പി തലയാട്ടി.

"പഞ്ചാരക്കിണ്ണനോ?"

"ഉം എനിക്കൊരബദ്ധം പറ്റി കുഞ്ഞുണ്ണീ. മനസിലാവ്ന്ന്ണ്ട് മാഷേ."

പിന്നെയും എന്തോ പറയാൻ മാഷ് ചുണ്ടനക്കി.

"നോവുന്നുണ്ടോ മാഷേ?"

മാഷ് അവസാനമായി ചിരിച്ചു.

"എന്തിന്?"

അതിർത്തിമുള്ളുകൾ

ഇപ്പോൾ ഞാനൊരു കഥയെഴുതുവാൻ ശ്രമിക്കുകയാണ്. പുറത്ത് ബഹളമാണ്. ബഹളം കൂടുന്നവരിൽ പരിചിതരും അപരിചിതരുമുണ്ട്. അവർ എന്റെ അടഞ്ഞ മുറിക്കു പുറത്തുനിന്ന് ആക്ഷേപത്തിന്റെ ചരലുകൾ വാരിയെറിയുകയാണ്. അവർ കൂട്ടംകൂടിനിന്നു പരിഹസിക്കുകയാണ്. ഭീഷണിപ്പെടുത്തുകയാണ്. മഞ്ഞക്കറ ബാധിച്ച എന്റെ ജനാലയുടെ പുറത്ത് തെറിയുടെ കൊഴുത്ത കഫക്കട്ടകൾ എറിയുകയാണ്. ഈയൊരവസ്ഥയിൽ ഒരു കഥയെഴുതുക എന്നതിൽക്കവിഞ്ഞ് എനിക്കെന്താണു ചെയ്യാനാവുക?

ഇപ്പോൾ ചില ശബ്ദങ്ങളെങ്കിലും വേർതിരിഞ്ഞു എന്റെ ബോധത്തിലേക്ക് ശരിയാം വിധത്തിൽ എത്തുന്നുണ്ട്.

"അങ്ങനെങ്ങനെയാ പുറത്ത് വരാന്ന് ഒന്ന് കാണണോല്ലോ."

"കൈവിട്ടതു മോശമായിപ്പോയി. കൈയോടെ പോലീസിലേൽപ്പിക്കേണ്ടതായിരുന്നു.... പിഴച്ചു."

"കഥയെഴുത്ത്കാരനാത്രേ. എന്തൊരു മാന്യൻ പകല് ഇസ്തിരി മാന്യൻ. രാത്രീല് പെമ്പിള്ളാരേം തേടി... കള്ളൻ..."

"ഇവനെപ്പോലുള്ളോനാ നാട്ടില് വർഗീയ കലാപങ്ങളുണ്ടാക്കുന്നത്... റാസ്കൽ..."

തെറികളുടെ കൊഴുത്ത കഫക്കട്ടകൾ ജനാലയും കടന്ന് കർണപുടങ്ങളിൽ നുരഞ്ഞുകയറുകയാണ്.

ഇപ്പോൾ എനിക്കൊന്നും എഴുതാനാവുന്നില്ല. ഈ വെള്ളപ്പേപ്പറിൽ ഞാനെന്തൊക്കെയോ വരച്ചിടുകയാണ്. വരകൾ കൂർത്തുകിടക്കുന്നവയായിരുന്നു.

എന്റെ കണ്ണുകളിൽ നിന്ന് നിയന്ത്രണങ്ങൾ ഭേദിച്ചുകൊണ്ടു തിള

യ്ക്കുന്ന ഒരുറവ പുറപ്പെടുകയാണ്. അന്തരീക്ഷം മങ്ങിമങ്ങി എന്റെ കാഴ്ച നശിക്കുകയാണ്.

* * *

മനസിലിപ്പോൾ ഭൂതകാലത്തിന്റെ ഒരു പകലാണ്. പകലിൽ എന്റെ വീടും വീട്ടുവളപ്പും തെളിയുകയാണ്. പറമ്പിനു പിന്നിൽ തെക്കു ഭാഗത്തായി ഒരു കുന്ന്. കുന്നിനു മുകളിൽ ശവപ്പറമ്പ്. ശവപ്പറമ്പിൽ പുകയുന്ന ചിത. എന്റെ വീട്ടുവളപ്പിന്റെ വടക്ക് ചിറയ്ക്കു താഴെ സ്വല്പം വിശാലമായ വയലാണ്. പടിഞ്ഞാറെ അതിര് പൊളിഞ്ഞ, പാമ്പുകളിഴയുന്ന, കിടങ്ങിലവസാനിക്കുന്നു. കിടങ്ങും പരിസരവും ഇരുൾമൂടിയ കാട് നിറഞ്ഞു കിടക്കുന്നു. ഒറ്റനോട്ടത്തിൽ ആ കാടിനപ്പുറം ഒരു വീടുണ്ട് എന്ന് ആരും വിശ്വസിക്കില്ല. അവിടെ ഒരു വീടുണ്ട്. എന്റെ കുഞ്ഞുലക്ഷ്മിയുടെ വീട്. ഒരു മുസ്ലീമിന് ഒരു കുഞ്ഞുലക്ഷ്മിയെ – എന്റെ കുഞ്ഞുലക്ഷ്മിയെന്നു വിളിക്കാൻ പാടില്ലെന്ന് എനിക്കറിയില്ല. ആരും പറഞ്ഞു തരാഞ്ഞിട്ടല്ല. എനിക്ക് ആ അറിവുമായി പൊരുത്തപ്പെട്ടുപോകാൻ കഴിഞ്ഞിട്ടില്ല. അതാണു സത്യം. അതുകൊണ്ടുതന്നെ എനിക്കത് അറിയില്ല. എന്റെ ദേശത്തെ ഹിന്ദുവിനും മുസൽമാനുമിടയിൽ ഒരു ദൂരമുണ്ട്. എത്ര അടുത്തു ജീവിച്ചാലും ബാക്കിനിൽക്കുന്ന ഒരു ദൂരം. ഈ ദൂരത്തിലാണ് എന്റെ ബാല്യകാലമനസ്സ് കരഞ്ഞു തളർന്നത്. ഈ ദുരന്തത്തിന്റെ അമ്പരപ്പാണ് മുള്ളുകൊണ്ട് നിർമിച്ച ഒരു ചോദ്യമായി എന്നിൽ കുടിയേറിപ്പാർത്തത്. കുഞ്ഞുലക്ഷ്മിയുടെ വീട്ടുകാരുമായി ഞങ്ങളുടെ വീട്ടുകാരോ, ഞങ്ങളുടെ വീട്ടുകാരുമായി കുഞ്ഞുലക്ഷ്മിയുടെ വീട്ടുകാരോ ബന്ധപ്പെടാറുണ്ടായിരുന്നില്ല. ഞങ്ങൾ രണ്ടു വീട്ടുകാർക്കിടയിൽ കിടങ്ങും കാടും എഴുന്നുനിന്നു. ഈ കിടങ്ങും കാടും വെട്ടിക്കളയാൻ ഒരുങ്ങിപ്പുറപ്പെട്ട ഒരേയൊരു വ്യക്തി ഞാനായിരുന്നു. എനിക്കന്ന് വയസ്സ് പന്ത്രണ്ട്.

അതെ, ആരോടും ചോദിക്കാതെ, ആരോരും ശ്രദ്ധിക്കാതെ കുഞ്ഞുലക്ഷ്മിയുടെ വീട്ടിൽ നിന്ന് എന്റെ വീട്ടിലേക്കു ഞാനൊരു പാത വെട്ടിയുണ്ടാക്കുകയായിരുന്നു.

കിടങ്ങിനെയും പുണർന്നു കിടന്ന പാമ്പിൻപുറ്റുകളിൽ നിന്ന് സർപ്പങ്ങൾ തലനീട്ടി. ഞാൻ ഭയന്നില്ല. കിടങ്ങിൻ പരിസരത്ത് എഴുന്നുനിന്ന കാടിന്റെ ഇരുട്ട് എന്നെ പേടിപ്പിച്ചു. ഞാൻ പേടിച്ചില്ല. ഞാൻ കാടുകൾ വെട്ടിത്തളർന്നു. കാട്ടിൽ നിന്ന് കൂരൻ മുള്ളുകൾ മാന്തിപ്പറിച്ചു. ചോരകുടിയൻ വള്ളികൾ വരിഞ്ഞു കെട്ടി. കാസറവള്ളി അവയുടെ ചൊറിയൻ ചെതുമ്പലുകൾ എനിക്കുമീതെ വാരിയിട്ടു.

എന്നിട്ടും കാടുവെട്ടുകയും പുറ്റുകൾ തട്ടിമാറ്റുകയും ചെയ്തു.

അന്നു രാത്രി ഞാനുറക്കത്തിലായിരിക്കവേ, കനത്ത ഒരു കാൽപ്പാദം എന്നെ ചവിട്ടിയുണർത്തി. അതെന്റെ വലിയ കാരണവരുടെ കാൽപ്പാദമായിരുന്നു. കാരണവരുടെ കണ്ണിൽ ചോദ്യം കത്തുകയായിരുന്നു.

"ചോക്കൻ കിടങ്ങിലെ കാടുവെട്ടാനും അവിടെ നിന്നിങ്ങോട്ട് ഒരു

വഴി വെട്ടാനും നിന്നോടാരാടാ പറഞ്ഞേ?"

ഒന്നാമത്തെ അടിപൊട്ടി, ചൂരലിന്റെ എരിച്ചിൽ തുടയിൽ പുകഞ്ഞു നിന്നു.

"ചോക്കൻപറമ്പിലെ തീയപ്പിള്ളേരുമായി കൂട്ടംകൂടാൻ നിന്നോടാരാടാ പറഞ്ഞേ?"

വീണ്ടും ചൂരൽ.

ചോദ്യം

നൂറുനൂറു ചോദ്യങ്ങൾ. മനസിന്റെ മാംസഭിത്തിയിൽ പച്ചകുത്തിയ ചോദ്യങ്ങൾ. എനിക്ക് ഉത്തരമുണ്ടായിരുന്നു. പക്ഷേ, അവ നാവിൽക്കിടന്നു മരിച്ചു.

ചൂരൽ നുറുങ്ങിപ്പൊടിഞ്ഞു. ആരുടേയും കരുണ പൊടിഞ്ഞില്ല.

ദേഹം മുഴുവൻ മുറിഞ്ഞിരുന്നു. വെളുത്ത തൊലിയിൽ ചെമ്പുനിറമുള്ള കുഞ്ഞുരോമങ്ങളിൽ ചോരയൊലിച്ചു പരന്നു. പുലർച്ച തെളിയും വരെ ഏങ്ങലടിച്ചു കരഞ്ഞതോർമയുണ്ട്.

മനസിൽ കുടിയേറിയ മുള്ളുകളാണ് ഏറ്റവും വേദനിപ്പിച്ചത്. ചോദ്യങ്ങളുടെ മുള്ളുകൾ അവ മനസിന്റെ ഓരോ അനക്കത്തിലും ആഴ്ന്നു കയറി.

വേദനയുടെ അസഹത്യയിൽ ബോധം നശിച്ചു കിടന്നു. അതൊരു ദീർഘമായ പനിയുടെ തുടക്കമായിരുന്നു. ഒരാഴ്ചക്കാലം പനിച്ചു കിടന്നു. ചൂരൽപ്പാടിന്റെ പഴുപ്പ് ചലമായി പൊട്ടിയൊലിച്ചു. കണ്ണടയ്ക്കുമ്പോഴൊക്കെ ക്രോധത്തിന്റെ വിലക്കിന്റെ തുറിച്ച കണ്ണുകൾ വന്നു നിരന്നു.

പനിക്കിടക്ക വിട്ടെഴുന്നേൽക്കുമ്പോഴേക്കും വ്രണങ്ങൾ കരിഞ്ഞുകഴിഞ്ഞിരുന്നു. പക്ഷേ, മനസും മുള്ളുകളും പഴുത്തു തന്നെ കിടന്നു.

ഒരുകാര്യം തീർച്ചപ്പെടുത്തിക്കഴിഞ്ഞിരുന്നു.

ചോക്കൽപറമ്പിലെ തീയപ്പിള്ളേരൊത്താണ് ഇനിയെന്റെ കൂട്ട്.

* * *

ഞാനിന്നുമോർക്കുന്നു. പനിക്കു ശേഷമുള്ള എന്റെ വരവിൽ ചോക്കൻ വീട്ടുകാരുടെ മുഖത്തെ ഒരു അത്ഭുതഭാവം. നോട്ടത്തിലെ ആനീരസം.

കുഞ്ഞുലക്ഷ്മിയുടെ അച്ഛൻ കണാരേട്ടനാണ് അത് കൂടുതൽ പ്രകടിപ്പിച്ചത്. ദേവേടത്തിയുടെ മുഖത്തും എന്തോ പന്തിയില്ലായ്മ നിറഞ്ഞിരുന്നു. ചോക്കൻവീട്ടു പറമ്പിലെ കുറ്റൻ മാക്കൂട്ടത്തിൻകീഴെ സുനിലും സുമേഷും കുഞ്ഞുലക്ഷ്മിയും ഗോട്ടികളിക്കുന്നുണ്ടായിരുന്നു.

തുറിച്ച കണ്ണുകളും കടന്ന് അങ്ങോട്ടു നീങ്ങി. ഗോട്ടികളിക്കുന്ന മാക്കൂട്ടത്തിൽ ചെന്നു. പെട്ടെന്നാണ് കളിയും ബഹളവും നിലച്ചത്. എല്ലാവരും വല്ലാത്തൊരു ഭാവത്തിൽ എന്നെത്തന്നെ പകച്ചുനോക്കുകയാണ്.

കളി തുടരാൻ അവർക്ക് കുറേനേരം വേണ്ടിവന്നു. ആരും എന്നെ ഗോട്ടികളിക്കാൻ ക്ഷണിച്ചില്ല. എന്നോട് യാതൊരു ലോഹ്യവും കാണിച്ചില്ല. ഒരു ജീവനില്ലാത്ത വസ്തുപോലെ ഞാൻ വേറിട്ടു നിന്നു. മന

സിൽ മുള്ളുകളിളകുകയായിരുന്നു.

ഗോട്ടികളിയുടെ ഒന്നാംഘട്ടം കഴിഞ്ഞു. രണ്ടാം ഘട്ടം ആരംഭിക്കുകയായി. പെട്ടെന്നാണ് കുഞ്ഞുലക്ഷ്മി എന്റെ നേരെ നോക്കിയത്. അവളുടെ കണ്ണുകളിൽ നിഷ്കളങ്കമായ കരുണ പൊടിഞ്ഞു. അവൾ ഗോട്ടി കളിക്കാൻ വിളിച്ചു. അപ്പോൾ മറ്റുള്ളവരൊക്കെ വിലക്കി. "വേണ്ടെന്നേ, ആ മാപ്ളച്ചെക്കനെ കൂട്ടണ്ട. ഓന്റെ കാർണോൻ ഓനെ അടിക്കും."

എന്നിട്ടും കുഞ്ഞുലക്ഷ്മി വിളിച്ചു.

'വാ' ഒടുവിൽ ഞാൻ ചെന്നു.

മനസിൽ ദൃഢമായ ഒരു തീരുമാനമുണ്ടായിരുന്നല്ലോ. ആരൊക്കെ എന്തൊക്കെ പറഞ്ഞാലും ശരി, ഇനി ചോക്കൻപറമ്പിലെ തീയപ്പിള്ളേരുമൊത്താണ് കളി.

കുഞ്ഞുലക്ഷ്മി തന്റെ കുഞ്ഞുപാവാടയിൽ നിന്ന് ഒരു ഗോട്ടിയെടുത്തു തന്നു. അതുമായി മാപ്പിളച്ചെക്കൻ കളിയാരംഭിച്ചു.

* * *

കാലം ഞങ്ങളെക്കൂടാതെ കടന്നുപോവുകയായിരുന്നു. സുനിലും സുമേഷും കുഞ്ഞുലക്ഷ്മിയുമൊക്കെ ഇപ്പോഴെന്റെ അടുത്ത കൂട്ടുകാരായിക്കഴിഞ്ഞു. കണാരേട്ടന്റെ മുഖത്ത് ഇപ്പോഴും സംശയം ബാക്കി കിടപ്പുണ്ട്. കാട് മൂടിയ കിടങ്ങ് ഇന്നു വെറുമൊരു അതിരുകിളയാണ്. ഇപ്പോൾ എന്റെ വീട്ടിൽ നിന്നു നോക്കിയാൽ ചോക്കൻവീട്ടുകാരെ കാണാം. ചോക്കൻ വീട്ടിലേക്കുള്ള പാത സുഗമമായിരിക്കുന്നു. കിളയിൽ നിന്നു പഴയതുപോലെ പാമ്പുകളിഴയുന്നില്ല. മുള്ളുകാടുകൾ വസ്ത്രങ്ങൾ വലിച്ചുകീറുന്നില്ല. കാസറവള്ളികൾ ചൊറിയൻ ചെതുമ്പലുകൾ വാരിയിടുന്നില്ല. എന്നിട്ടും ഞാനൊഴികെ ആരും ചോക്കൻ വീട്ടുകാരുമായി ബന്ധപ്പെട്ടില്ല. ചോക്കൻ വീട്ടിൽ നിന്ന് എന്റെ വീട്ടിലേക്കു വരുന്ന ഒരേയൊരാൾ കുഞ്ഞുലക്ഷ്മിയാണ്. മനസുകൊണ്ട് ഒരുകാതം ദൂരെ മാറിനിൽക്കുന്ന എന്റെ വീട്ടുകാരുമായി കുഞ്ഞുലക്ഷ്മി എങ്ങനെയാണ് ബന്ധപ്പെടുന്നതെന്ന് ഞാനത്ഭുതപ്പെട്ടിട്ടുണ്ട്. ചോക്കൻ വീട്ടിലേക്കുള്ള കിടങ്ങിൽ നിന്ന് ആരോരുമറിയാതെ ഓരോരോ കാട്ടുചെടിവീതം കുഞ്ഞുലക്ഷ്മിയും ഞാനും പിഴുതെടുക്കുകയായിരുന്നു.

പെരുന്നാൾ ദിനങ്ങളിൽ ആരും കാണാതെ എടുത്ത ഇറച്ചിയടയും പത്തിരിയുമായി ഞാൻ ചോക്കൻവീട്ടിലേക്കു നടന്നു. ഓണനാളുകളിൽ ദേവകിയമ്മ കാണാതെ അടപ്രഥമനുമായി കുഞ്ഞുലക്ഷ്മി ഇങ്ങോട്ടും.

* * *

ഞങ്ങൾ വളരുകയായിരുന്നു. മാറുകയായിരുന്നു. കുഞ്ഞുലക്ഷ്മിയുടെ മാറിടവും എന്റെ ശബ്ദവുമായിരുന്നു ഏറ്റവും പ്രകടമായി മാറിയ

ത്. പക്ഷേ, ഈ വളർച്ച ഞങ്ങളെ മാനസികമായി ഒട്ടും അകറ്റിയില്ല. കുഞ്ഞുലക്ഷ്മി അത്ര സുന്ദരിയൊന്നുമായിരുന്നില്ല. എള്ളിൻകറുപ്പാണ് നിറം. ചുരുണ്ട ചെറുതായ തലമുടി. കുഞ്ഞുലക്ഷ്മി ഇപ്പോൾ പഴയ പോലെ ഗോട്ടികളിക്കാനുള്ള പ്രായമല്ല. ചോക്കൻപറമ്പിലെ വിശാലമായ മാക്കൂട്ടത്തിൻകീഴെ ഞങ്ങൾ ഫുട്ബോൾ കളിച്ചു. ഞങ്ങൾ കളിക്കുന്നതും നോക്കി വീട്ടുകോലായിൽ കുഞ്ഞുലക്ഷ്മി നിന്നു. രസം മൂക്കുമ്പോൾ കൈയടിച്ചു ചിരിച്ചു. കളികളിൽ ജയിക്കാൻ അവളെന്നും വാക്കുകൊണ്ടു സഹായിയായി. ഇക്കാര്യത്തിൽ കുഞ്ഞുലക്ഷ്മിയുടെ ഏട്ടനനിയന്മാർക്കുള്ള ഈർഷ്യ ചില്ലറയല്ല. ദേഷ്യം മൂക്കുമ്പോൾ കുഞ്ഞു

ലക്ഷ്മിയോട് അവർ പറയും.

"എണ്ണേ, നീയീ മാപ്ലച്ചെക്കനെ കെട്ടിക്കോ."

ഇതു കേൾക്കേണ്ട താമസം അവൾ വെറളികൊള്ളും. ഇതുതന്നെയായിരുന്നു അവരുടെ ആവശ്യവും.

* * *

ചോക്കൻ വീട്ടുകാരുമായി ബന്ധപ്പെടാൻ എനിക്കു കാരണങ്ങൾ കുറഞ്ഞുകുറഞ്ഞു വരികയായിരുന്നു. ഇപ്പോൾ കളിയുടെ കാലം കഴിഞ്ഞിരിക്കുന്നു. സുനിലും സുമേഷുമൊക്കെ പഠിത്തം അവസാനിപ്പിച്ച് അല്ലറ ചില്ലറ ജോലിയെടുത്ത് തുടങ്ങിയിരിക്കുന്നു.

ഒരുദിവസം ദേവേടത്തി എന്നെ സ്വകാര്യം വിളിച്ചുപറഞ്ഞു.

"പറേന്നേല് നെനക്ക് കെറുവൊന്നും തോന്നണ്ട. ഇനി നീ ഇവിടെ കണ്ടമാനം വരര്ത്. നാട്ടുകാർ അതുമിതും പറയും..."

ദേവേടത്തി പിന്നേയും എന്തൊക്കെയോ പറയുന്നുണ്ട്. ഞാനൊന്നും കേൾക്കുന്നില്ല. മനസിന്റെ മുള്ളുകളിൽ കൊടുങ്കാറ്റ് വീശി. ചോരയൊലിക്കുന്ന ചിന്തകളുമായി ഞാൻ കിളകയറി നടന്നു. കുഞ്ഞുലക്ഷ്മി ഒന്നും അറിഞ്ഞിരുന്നില്ല

* * *

ചോക്കൻ പറമ്പിലേക്കുള്ള പാതയിൽ കുറേശ്ശെ കാടുമൂടാൻ തുടങ്ങി. അങ്ങനെയിരിക്കെ കുഞ്ഞുലക്ഷ്മി ഒരുദിവസം വീട്ടിൽ വന്നു. ഉമ്മ അത്ര വലിയ ലോഹ്യമൊന്നും കാണിച്ചില്ല. തലയിൽ തട്ടമിടാത്ത, മൂത്രിച്ചാൽ മനോരിക്കാത്ത, കളകളാ ചിരിക്കുന്ന, നെറ്റിയിൽ പൊട്ട് വരയ്ക്കുന്ന ഈ വാല്യക്കാരത്തി ഉമ്മയുടെ കാഴ്ചയിൽ ഒരവിവേകിയായിരുന്നു. ഉമ്മ അവളെ സംശയത്തോടുകൂടി മാത്രമേ നോക്കിയുള്ളൂ. ശ്രദ്ധിച്ചു മാത്രമേ വർത്തമാനം പറഞ്ഞുള്ളൂ. കുഞ്ഞുലക്ഷ്മി വീട്ടിൽ വന്ന വിവരം മുറിക്കുള്ളിലായിരുന്ന ഞാനറിഞ്ഞിരുന്നില്ല.

അവളുമ്മയോടു ചോദിച്ചു.

"വ്ടെ മുനാഫ്ക്കയില്ലേ?"

"ണ്ടല്ലാ, ന്താ?"

"ഇന്നല്ലേ ഡിഗ്രീന്റെ റിസൽട്ട്. ആള് – പാസ്സായിനോ?"

ഉമ്മയുടെ മുഖം കറുത്തു. അവന്റെ കാര്യത്തിൽ ഇവൾക്കുള്ള താൽപ്പര്യം ഉമ്മയുടെ മനസിൽ ദുഃഖകരമായി.

രസമില്ലാത്ത സ്വരത്തിലാണ് ഉമ്മയുടെ മറുപടി.

"ഞാനറിഞ്ഞില്ല."

ഉമ്മ മുഖം വെട്ടിച്ച് അകത്തേക്കു പൊയ്ക്കളഞ്ഞു.

കുഞ്ഞുലക്ഷ്മി ചൂളിപ്പോയി. അവൾ ഒന്നും പറയാനാകാതെ നഖം കടിച്ചു മടങ്ങി.

* * *

അതൊരു വർഷകാലമായിരുന്നു. താനിക്കുന്നിന്റെ നെറുകയുണർത്തിക്കൊണ്ട് മഴ തിമിർത്തു പെയ്തു. കണ്ണു തുറക്കാത്ത കാക്കയ്ക്കു മുന്നിൽ കർക്കിടകം ഇരുണ്ടുനിന്നു. താനിക്കുന്നിൽ നിന്ന് കലാപത്തിന്റെ വിത്തു മുളയ്ക്കാൻ പതിവിലും ശക്തമായി മഴവെള്ളം കുലംകുത്തി. ചുടലപ്പറമ്പിൽ ചാരം കലർന്ന വെള്ളം വീട്ടുവളപ്പുകൾ പിന്നിട്ട് താഴ്ചപ്രദേശങ്ങളിൽ അവ ഊറിക്കൂടി.

വല്യകാരണവർ താനിക്കുന്നിന്റെ ഉച്ചിയിലേക്ക് പകയോടെ നോക്കി. എന്നിട്ട് ചളിയിൽ കാലുകൾ പൂഴ്ത്തിപ്പൂഴ്ത്തി കൂറ്റൻ കുടയ്ക്കു കീഴെ ദാർഢ്യത്തോടെ നടന്നു.

* * *

നാട്ടിൽ ആക്ഷൻ കമ്മിറ്റികൾ രൂപീകൃതമായി. രണ്ടു കമ്മിറ്റികൾ. അതിലൊന്ന് മുസ്ലിങ്ങളുടെതായിരുന്നു.

വല്യകാരണർ വിട്ടുകൊടുക്കുന്ന പ്രകൃതക്കാരനല്ലായിരുന്നു. മുസ്ലിം ആക്ഷൻ കമ്മിറ്റിയിൽ കാരണവർ ക്രുദ്ധനായി വിളിച്ചു പറഞ്ഞു.

ഈ പതിവ് നിർത്തണം മഴക്കാലമാവുമ്പഴ് താനിക്കുന്നിന്റെ മോളിലെ ചുടലേന്ന് വരുന്നത് ശവംകരിച്ച വെണ്ണീറാണ്. ശവപ്പറമ്പ് മാറ്റണം.

* * *

അഞ്ചാറു വീടിനപ്പുറത്താണെന്റെ നിരത്ത്. നിരത്തും കഴിഞ്ഞ് കലാപത്തിന്റെ പന്തങ്ങൾ മുദ്രാവാക്യങ്ങളും മുഴക്കി നീങ്ങി.

ചേരിക്കടവ് ദേശം വീർപ്പടക്കി നിന്നു.

ഓരോ മനുഷ്യന്റെ ഉള്ളിലും പുകയുന്നത് തീയാണ്. പകയുടെ തീ. അകൽച്ചയുടെ തീ.

പന്തംകൊളുത്തിക്കൊണ്ടു കടന്നുപോയ ജാഥ നിരത്തും കടന്ന് മറഞ്ഞു. ഞാൻ ഇരുട്ടിലിരുന്ന് എല്ലാം കാണുകയായിരുന്നു. എന്റെ ഉള്ളിൽ വാക്കുകളില്ലാത്ത ശബ്ദങ്ങൾ വിങ്ങിപ്പൊട്ടി. ചിന്തകൾക്ക് അവയവങ്ങളുണ്ടായിരുന്നില്ല.

* * *

നാടുകത്തിച്ചേക്കുമെന്നു കരുതിയ തീ വളരെ വേഗമാണ് കെട്ടടങ്ങിയത്. ശവം ചുടുന്ന സ്ഥലം ഇപ്പോഴുള്ള സ്ഥലത്തുനിന്നു മാറ്റാനാവില്ല. അവർ നിസ്സഹായരാണ്. വേറെ സ്ഥലമില്ല. വേണമെങ്കിൽ ചാരം അടക്കം ചെയ്യുന്ന കാര്യത്തിൽ ഇത്തിരി ശ്രദ്ധയുണ്ടാക്കാം.

അവർ ഒന്നും പറയാതെ, നിസ്സഹായത പരസ്പരം മനസിലാക്കിയതുപോലെ, അത്ഭുതകരമാംവിധം പിൻവാങ്ങി. പക്ഷേ, പുറത്തെ കലാ

പമേ കെട്ടടിങ്ങിയിരുന്നുള്ളൂ.

ഓരോ മനസിന്റെ ഉള്ളിലും വൈരാഗ്യത്തിന്റെ കത്തിമുനകൾ തുരുമ്പിക്കാതെ നിന്നു. പരസ്പരം വിളിച്ച തെറികളുടെയും പുലഭ്യങ്ങളുടെയും ഓർമയിൽ അവ കിടന്നു രാകിക്കറങ്ങി.

* * *

"ഹിന്ദുക്കക്കും നസ്രാണിക്കും മുസ്ലിങ്ങക്കും കൂടി എത്ര പടച്ചോനാ, ഉസ്താദേ?"

ചോദ്യകർത്താവ് ഞാൻ തന്നെയായിരുന്നു. മദ്രസയിൽ നാലിൽ ഓതുന്ന കാലം. സക്കീറുസ്താദിനോട് എന്തും ചോദിക്കാം.

"അതിന് നെനക്കെന്താടാ ത്ര സംശ്യം? ഒന്ന്."

"എല്ലാർക്കുംകൂടി ഒന്നോ! എന്ന്റെന്താ അവരെ നമ്മളെ പള്ളീക്കേറ്റാത്തേ?" സക്കീറുസ്താദ് നാലുപാടും നോക്കി. മറ്റാരും കേൾക്കുന്നില്ലെന്ന് ഉറപ്പുവരുത്തിക്കൊണ്ട് മെല്ലെ പറഞ്ഞു.

"കേറ്റാം. വുസുകൊടുത്താ ആർക്കും കേറാം. ശുദ്ധിവേണോന്ന് മാത്രം."

"എന്നിട്ട് അവരാരും കേറ്ന്നില്ല്ല്ലോ?"

"......................"

"അവരെ അമ്പലത്തില് നമ്മക്ക് കേറാം പറ്റോ?"

"പറ്റും. ശുദ്ധി വേണോന്നു മാത്രം."

"എന്നിറ്റെന്താ നമ്മളാരും അമ്പലത്തിക്കേറാത്തേ?"

"അതിന് അവരാരും പള്ളീല് കേറ്ന്നുണ്ടോടാ."

"അതെന്താ, അങ്ങനെ?"

"ങ്ഹാ, അതങ്ങനെയൊക്കെത്തന്നെയാ."

അപ്പോഴേക്കും ബെല്ലുമുഴങ്ങി. കുട്ടികളും ഉസ്ദാതുമാരും തള്ളിക്കയറി. ഒരു നൂറുനൂറു സംശയങ്ങൾ മുള്ളുകളായി നിരന്നിരുന്നു. പക്ഷേ, പിന്നീടൊന്നും ചോദിക്കാനവസരം കിട്ടിയില്ല. കുറെ ചോദ്യങ്ങൾ ഇടയ്ക്കൊക്കെ മറന്നുപോവുകയും ചെയ്തു.

വർഷങ്ങൾക്കുമുമ്പു നടന്ന കാര്യങ്ങളാണ്. ഇപ്പോൾ ഞാനവ ഓർക്കുകയാണ്.

ഉത്തരം കിട്ടാത്ത ചോദ്യങ്ങളാണ് എന്നും എന്റെ ശാപം. ചോദ്യം ചോദിക്കാനുള്ള ധൈര്യം പോലും വളർച്ചയ്ക്കിടയിൽ, അനുഭവങ്ങൾക്കിടയിൽ നഷ്ടപ്പെടുകയായിരുന്നു. സക്കീറുസ്താദിന്റെ സ്ഥലംമാറ്റത്തിൽ ഏറ്റവുമധികം വേദനിച്ച ഒരാൾ ഞാനായിരുന്നു. സക്കീറുസ്താദിനെ പുറത്താക്കുകയാണുണ്ടായത്. ക്ലാസിൽ നിരീശ്വരവാദം പ്രചരിപ്പിക്കാൻ തുടങ്ങി എന്നതാണു കാരണം.

എന്താണു നിരീശ്വരവാദമെന്നു ചോദിച്ചുവെങ്കിലും ആരും പറഞ്ഞു തന്നില്ല.

അക്കാലത്തെ ആഗ്രഹങ്ങളിലൊന്ന് ഒരിക്കലെങ്കിലും ഒരമ്പലത്തിൽ കയറണമെന്നതായിരുന്നു. അമ്പലത്തിന്റെ നടവരെ ഒരുനാൾ ഞാനെത്തി. പൊടുന്നനെ, അജ്ഞാതമായ ഒരു ശക്തിയുടെ പ്രേരണയാലെന്ന വണ്ണം തിരിഞ്ഞു നടന്നുകളഞ്ഞു. നെറ്റിയിൽ ഒരു കുറിതൊടാനും ചെവിയിൽ ഒരു തുളസിയില തിരുകാനും വിഗ്രഹങ്ങൾക്കുമുന്നിൽ കണ്ണടച്ചു കൈകൂപ്പാനുമുള്ള ആഗ്രഹം അതോടെ മാറ്റിവയ്ക്കപ്പെട്ടു.

* * *

ചോക്കൻ കിള കാടുപിടിച്ചു കിടന്നു. ആ കാടുകൾ കൊത്തിക്കളയാനുള്ള ധൈര്യം വളർച്ചയ്ക്കിടയിൽ കൈമോശം വന്നു കഴിഞ്ഞിരുന്നു. എന്നാലും കുഞ്ഞുലക്ഷ്മിയുടെ കണ്ണുകൾ കാടുംകടന്നുവന്നു. എന്റെ ഓരോ ചലനവും അവൾ സൂക്ഷിച്ചുനോക്കുന്നുണ്ടായിരുന്നു. ഒരു അതിരുകല്ലിന്റെ ധാർഷ്ട്യത്തിനോ ഒരു വൻകാടിന്റെ ഇരുട്ടിനോ മൂടിക്കളയാവുന്ന ഒരു ബന്ധമായിരുന്നില്ല ഞങ്ങൾ തമ്മിലുണ്ടായിരുന്നത്.

ഒരു നാൾ ചോക്കൻകിളയും കടന്ന് അവളുടെ കൊച്ചനുജൻ വന്നു. കുഞ്ഞുവേച്ചിക്കു വായിക്കാൻ എന്തെങ്കിലും പുസ്തകം വേണം.

ഞാൻ അവന്റെ കൈയിൽ കുറെ പുസ്തകങ്ങൾ കൊടുത്തു. കൂട്ടത്തിൽ ഖുറാന്റെയും ബൈബിളിന്റെയും ഗീതയുടെയും പരിഭാഷകളുണ്ടായിരുന്നു. മാർക്സിന്റെയും ലെനിന്റെയും രാഷ്ട്രീയ ദർശനങ്ങളുണ്ടായിരുന്നു. പൂന്താനത്തിന്റെ ജ്ഞാനപ്പാനയുണ്ടായിരുന്നു. ആദ്യമാദ്യം അവൾക്കിതൊന്നും അത്ര ദഹിച്ചിരുന്നില്ല. ക്രമേണ ക്രമേണ എന്നെക്കാൾ നല്ലൊരു വായനക്കാരിയായി അവൾ മാറി. ബഷീറിന്റെ പാത്തുമ്മായുടെ ആട് വായിക്കുന്ന അതേ ലാഘവത്തിലായിരുന്നു പ്ലഹനോവിന്റെ 'ചരിത്രത്തിൽ വ്യക്തിക്കുള്ള പങ്ക്' വായിച്ചു തീർത്തത്.

പുസ്തകക്കൈമാറ്റം ഒരിക്കൽ ഉമ്മയുടെ ശ്രദ്ധയിൽപ്പെട്ടു. ഞാൻ വായിക്കുന്ന പുസ്തകങ്ങൾ നേരത്തെതന്നെ അവർ ശ്രദ്ധിച്ചുതുടങ്ങിയിരുന്നു.

ഒരുദിവസം ഉമ്മ ചോദിക്കുകയും ചെയ്തു.

"നീയെന്താടാ, രാമായണവും സീതായണവും വായ്ക്ക്ണേ? ന്താന്റെ ഏർപ്പാട്? പറ, നോമ്പും നിസ്കാരവുമൊക്കെ നെനക്ക് ഹറാമായിട്ട് കാലം കൊറെയായല്ലോ."

ഞാൻ വെറുതെ ചിരിക്കുകമാത്രം ചെയ്തു. പള്ളിയിൽ കയറിയപ്പോഴൊക്കെ എനിക്കവിടെ കാണാൻ കഴിഞ്ഞത് തലപ്പാവ് ധരിച്ച ഇബിലീസുകളെയാണെന്നു പറയാൻ നാവനങ്ങി. പക്ഷേ പറഞ്ഞില്ല.

* * *

പൊടുന്നനെയാണ് വീടു മുഴുവൻ ലഹളമയമായിത്തുടങ്ങിയത്. ഒരു കൂട്ടുകുടുംബത്തിൽ നടക്കാറുള്ളതൊക്കെ നടന്നു. സ്വത്തുതർക്കത്തിന്റെ രൂക്ഷത മുറ്റിനിന്ന അന്തരീക്ഷത്തിൽ പരമാവധി മാറി നടന്നു. എല്ലാവരെയും സ്നേഹിക്കാനും ബഹുമാനിക്കാനും ശ്രമിച്ചു. കടിഞ്ഞാണുകൾ ദുർബലമാവുകയാണുണ്ടായത്. വല്യ കാരണവരുടെ സർവാധിപത്യത്തിനു നേരെ ആദ്യത്തെ ചോദ്യം വീണത് എന്റെ നാവിൽ നിന്നായിരുന്നു. അതിഭയങ്കരമായ ലഹളകൾ തുടങ്ങുകയായിരുന്നു. ഉപ്പയും കാരണവരുമായി കൈയേറ്റം. കൂട്ടനിലവിളി ഉയർന്നു. എല്ലാവരും ഓടിക്കൂടി. നിരത്തുയാത്രക്കാർ പോലും. പക്ഷേ, ചോക്കൻവീട്ടുകാർ കാടുപിടിച്ച ഇരുട്ടിനപ്പുറത്തുനിന്ന് കാഴ്ചകൾ നോക്കിനിന്നതേയുള്ളൂ.

* * *

ഒരു നാൾ കുഞ്ഞുലക്ഷ്മിയുടെ കൊച്ചനുജൻ വന്നു. ആരും കാണാതെ അവനൊരു കവർ തന്നു. ഭദ്രമായി ഒട്ടിച്ച് കുഞ്ഞുലക്ഷ്മി കൊടുത്തയച്ച ഒരു കത്ത്.

വീട്ടിലെ ലഹളകളാണ് വിഷയം. ലഹളകളിൽനിന്ന് മാറിനിൽക്കാൻ ഉപദേശിച്ചുകൊണ്ടുള്ള കത്ത്. എല്ലാവരെയും സമാധാനിപ്പിക്കുകയും സ്വയം അടങ്ങുകയും ചെയ്യണമെന്നും മുനാഫ്കാന്റെ പഴയ എടുത്തുചാട്ടങ്ങൾ അപകടങ്ങളേ ഉണ്ടാക്കുവെന്നും അവൾ എഴുതി അറിയിച്ചിരുന്നു.

എനിക്കു മറുത്തൊന്നും എഴുതാൻ കഴിഞ്ഞില്ല. ഞാൻ സങ്കടങ്ങളിൽ മുങ്ങി. കൂട്ടുകുടുംബത്തിലെ എല്ലാ മക്കളും പ്രിശ്ചലമാന മനസോടെ ജീവിക്കുന്നു. ഞാനോർക്കുകയായിരുന്നു. എന്റെ ഉമ്മയോ ഉപ്പയോ സ്നേഹപൂർവം ഒരു നല്ല വാക്കോതിയ നിമിഷങ്ങളെ തിരയുകയായിരുന്നു. ഓർമകളിലൊക്കെ വിലക്കുകളും ശാസനകളും കൊണ്ടു വരിഞ്ഞു മുറുക്കിയ പാടുകളാണ്. ഒന്ന് ചിന്തിച്ചു നോക്ക്. അച്ഛനുണ്ടായിട്ടും അച്ഛനില്ലാതെ വളരുക, അമ്മയുണ്ടായിട്ടും അമ്മയില്ലാതെ വളരുക. ഇത്തരമൊരു ശാപം കിട്ടിയ ജന്മമായിരുന്നു എന്റേത്. എന്റെ വ്യക്തിപരമായ കാര്യങ്ങളെ ആരെങ്കിലും പരിഗണിക്കുകയോ മുഖവിലയ്ക്കെടുക്കുകയോ ചെയ്തിരുന്നില്ല. അതിനവരെ കുറ്റപ്പെടുത്താനുമാവില്ല. കൂട്ടുകുടുംബത്തിലെ പരിതസ്ഥിതികൾ അതാണ്.

സ്വത്തു സംബന്ധമായ കുഴപ്പം തുടങ്ങിയതോടെ ബാക്കിയുണ്ടായിരുന്ന ഇത്തിരി സ്വസ്ഥതയും വറ്റിത്തീർന്നു. ഉമ്മയും ഉമ്മയുടെ മൂത്തവരും അവരുടെ വീട്ടുകാരും തമ്മിൽ ലഹളകളോടു ലഹളകൾ. കണ്ടതിനും കാണാത്തതിനും തൊട്ടതിനും പരസ്പരം പഴിചാരി. ചോറുവയ്പുപോലും വേറെവേറെയായി. അവർക്കൊരടുപ്പ്, എനിക്കൊരടുപ്പ് എന്ന നിലവന്നു.

ഒരു വീട്ടിൽ താമസിക്കുന്നവർ രണ്ടു രാജ്യങ്ങൾ തമ്മിലുള്ള ദൂരം കാത്തുസൂക്ഷിച്ചു. അല്ലെങ്കിലും പണ്ടേ അങ്ങനെയായിരുന്നു. ഇതേവരെ ഓരോ മനസിന്റെ ഉള്ളിലും അതു പകയായും കലിയായും ഉറഞ്ഞുനിന്നതേയുള്ളൂ. ഇപ്പോഴത് പുറത്തുവരികയാണ്. അവ വാക്കുകളാവുകയാണ്. അടികലശലാവുകയാണ്. യുദ്ധഭൂമിയാവുകയാണ്.

വീട് എനിക്കൊരു തീപിടിച്ച പുതപ്പായി. സ്വസ്ഥത നശിച്ചു. പിടിച്ചുനിൽക്കാൻ ആവതു ശ്രമിച്ചു. ലഹള കൂട്ടുന്ന ഏട്ടനനിയത്തിമാരെ പിന്തിരിപ്പിക്കാനും മാറ്റി നിർത്താനും ആരും നിന്നില്ല. എല്ലാവരും പ്രതികാരത്തിന്റെ കാഴ്ചകൾ കണ്ട് ഉള്ളാലേ കുളിർത്തു. എല്ലാവരും പഴയ വഞ്ചനകളുടെ കഥകളും തോൽപ്പിക്കലിന്റെ ചരിത്രങ്ങളും പുലഭ്യം കലർത്തി പറഞ്ഞുതീർത്തു. എവിടെയും ഏതു കോണിലും അർഥം വെച്ച വാക്കുകൾ, ഒളിയമ്പുകൾ.

നിയന്ത്രണങ്ങൾ നശിക്കുകയായിരുന്നു. ഞാൻ മദ്യപിക്കാതെ ലക്കുകെടുകയും ഉറങ്ങാതെ ഉറങ്ങുകയും ചെയ്തു. ദേഹം വിളർത്തു വിളർത്തു വരികയും താടിരോമങ്ങൾ അലസമാവുകയും ചെയ്തു. എം എ കോഴ്സ് പാതിക്കുവച്ചു തോറ്റു. പുകവലി ശീലിക്കുകയായി. കഞ്ചാവിന്റെ ഗന്ധം ചിരപരിചിതമായി. കഞ്ചാവിന്റെ പ്രഭാതങ്ങൾ. കഞ്ചാവിന്റെ നട്ടുച്ചകൾ, രാത്രികൾ. ബോധം മങ്ങിയ കാഴ്ചകളിലൂടെ എല്ലാം മരവിച്ചുകിടക്കുന്നതു നോക്കിനിന്നു. ചോറുകറികളിൽ രുചിയില്ലായ്മയായി. നിയന്ത്രണം വിട്ട രോഷം തകർന്ന പാത്രങ്ങളായി അടുക്കളമുറ്റത്ത് കൂനിക്കൂടിക്കിടന്നു. ഉമ്മ ശാപവാക്കുകളായി. അവരെ ഒരിക്കൽ ഞാൻ അടുക്കളപ്പുറത്തെ എച്ചിൽക്കൂനയിലേക്ക് തള്ളിയിടുകയും അവരുടെ തലയിൽ ഒരു കുടം വെള്ളമൊഴിക്കുകയും ചെയ്തു. വീടു നിറയെ കൂട്ടക്കരച്ചിലുയർന്നു. കൂട്ടക്കരച്ചിലുകൾ പതിവായി. ചോക്കൻവീട്ടിൽ നിന്നു കാടു നീക്കി ഒരുപാടു കണ്ണുകൾ നോക്കിനിന്നു.

ആരും വന്നില്ല.

* * *

ചോക്കൻകിടങ്ങും കഴിഞ്ഞ് ഒരിക്കൽക്കൂടി കുഞ്ഞുലക്ഷ്മിയുടെ കൊച്ചനുജൻ വന്നു. അവൾക്ക് കൊടുത്ത എല്ലാ പുസ്തകങ്ങളും തിരികെയേൽപ്പിച്ചുകൊണ്ട്. കൂടെ ഒരു കത്തും.

"മുനാഫ്ക്കാക്ക്–

നിങ്ങളുടെ പുസ്തകങ്ങൾ ഒന്നൊഴിയാതെ തിരിച്ചേൽപ്പിക്കുന്നു. ഈ പുസ്തകങ്ങളെ ഞാൻ ഭയക്കുന്നു. ഒരുപക്ഷേ പെറ്റുപോറ്റിയ ഉമ്മയെ തല്ലാൻ നിങ്ങൾ പഠിച്ചത് ഈ പുസ്തകത്തിൽ നിന്നായിരിക്കും... നിങ്ങളിത്ര വൃത്തിയില്ലാത്ത മനുഷ്യനാണെന്നു കരുതിയില്ല. കണ്ടാൽ എന്തൊരു നല്ല മാന്യൻ. വായിക്കുന്നത് ഖുർ ആൻ, ഗീത, ബൈബിൾ, ചെയ്യുന്നതോ തെരുവുതെണ്ടിപോലും ചെയ്യാൻ മടിക്കുന്ന കാര്യങ്ങൾ..."

നിന്ദകലർന്ന കത്ത് നീണ്ടുനീണ്ടു പോകുന്നു.

"നിങ്ങളെക്കുറിച്ച് എനിക്ക് ഒരുപാട് സ്വപ്നങ്ങളുണ്ടായിരുന്നു.... സർവഗുണങ്ങളും ഒത്തിണങ്ങിയ ഒരു മഹാപുരുഷൻ എന്നുവരെ ഒരുനാൾ നിങ്ങളെപ്പറ്റി ഞാനെന്റെ സ്നേഹിതയോടു പറഞ്ഞു....

ഉമ്മയെപ്പറ്റി നിങ്ങളെഴുതിയ സ്നേഹഗീതം വായിച്ച് ഹൃദയം നിറച്ചു...

നിങ്ങളെപ്പോലൊരു മോനുണ്ടാവാൻ മുത്തപ്പനു ഞാനൊരു നേർച്ച നേർന്നു.

..ഇന്നലെ ഞാനെന്റെ പ്രാർഥനകൾ ദൈവത്തോടു തിരികെ വാങ്ങിച്ചു..."

ആ വരികളിൽ തളർന്നു ഞാൻ വീണു. ആ വരികളിൽ ഞാൻ നമസ്കരിച്ചു. ആ വരികളുടെ കാലു പിടിച്ചു ഞാൻ മാപ്പിരന്നു. എനിക്ക് ആരും തരാത്ത സ്നേഹത്തെപ്പറ്റി പറഞ്ഞു. വാതിലുകളില്ലാത്ത മനു

ഷ്യമനസിനെപ്പറ്റി പറഞ്ഞു. ശപിക്കപ്പെട്ട ഒരു ജനനത്തെപ്പറ്റി പറഞ്ഞു. ഞാൻ പിശാചായിരിക്കുന്നുവെന്ന് ഏറ്റുപറഞ്ഞു. ഞാൻ ദൈവമാകാമെന്നു കരഞ്ഞു. എന്റെ മൂർധാവിൽ കൈവെച്ചനുഗ്രഹിക്കാൻ തപസ്സു ചെയ്തു.

ഞാനവൾക്കെഴുതി–

“കുഞ്ഞുലക്ഷ്മീ

മഞ്ഞനിറം ബാധിച്ച ഈ പകലിൽനിന്ന് നീയെന്നെ കരേറ്റുക. എനിക്ക് ഭ്രാന്തായിരിക്കുന്നു. എനിക്ക് ആരും കരുണ തരുന്നില്ല. എന്നെയാരും സ്നേഹത്തോടെ നോക്കുന്നില്ല. എവിടെനിന്നും ശാന്തിയുടെ കാറ്റ് വീശുന്നില്ല. ഈ ഉഷ്ണക്കാറ്റിൽ ഞാൻ മരിച്ചിരിക്കുന്നു.... എന്നെ മരണത്തിൽ നിന്നും ഉണർത്തുക... എന്നെ കൈവിടരുത്... എന്നെ ഒരു

മോനായി പോറ്റുക."

അവളെഴുതി–

"മുനി,

ഇല്ല എന്റെ പൊന്നുമോനെ ഞാൻ കൈവിടില്ല. നല്ല കുട്ടിയായി, നല്ല മനസായി, നല്ല ചിന്തയായി ഉണരുക. മഞ്ഞപ്പകലുകൾ മാറ്റാൻ ഞാനെന്റെ ദൈവത്തിന് നേർച്ചകൾ നേർന്നിട്ടുണ്ട്. ഈ അമ്മയുടെ സ്നേഹം നിനക്കെന്നുമുണ്ടാകും.

എന്ന്

സ്വന്തം കുഞ്ഞു."

* * *

ചോക്കൻകിടങ്ങിലെ കാടുകൾക്കു മറക്കാനാവാത്തവിധം ആ ബന്ധം വളരുകയായിരുന്നു.

താടിരോമങ്ങൾ വടിച്ച് കളയാൻ അവളാവശ്യപ്പെട്ടു.

നന്നായി വസ്ത്രം ധരിക്കാനാവശ്യപ്പെട്ടു.

പ്രശ്നങ്ങളെ സമചിത്തതയോടെ നേരിടാൻ ഒരു സ്കൂൾ കുട്ടിയെ യെന്നപോലെ പഠിപ്പിച്ചു...

അതികാലത്തുണരാൻ ശീലിപ്പിച്ചത്, ചെറുതായി വടിക്കുന്ന മീശയ്ക്കുപകരം കട്ടിമീശവെയ്ക്കാൻ പഠിപ്പിച്ചത്, എന്റെ നിറത്തിനു യോജിച്ച ഷർട്ട് റോസ്നിറമാണെന്നു പറഞ്ഞുതന്നത്, മുടിവെട്ടുമ്പോൾ അധികം കുറയ്ക്കുകയോ കൂട്ടുകയോ ചെയ്യരുതെന്ന് വിലക്കിയത്. നീല വള്ളികളുള്ള ഹവായ് ചെരുപ്പുകളിടാൻ പ്രേരിപ്പിച്ചത്. ജോലിയൊഴിവിന്റെ വിവരങ്ങൾ അപ്പപ്പോൾ എനിക്ക് അറിയിച്ചു തന്നത്. ഒക്കെ അവളായിരുന്നു.

അവൾ എനിക്കില്ലാതെപോയ ഒരമ്മയുടെ പുനർജനനമായി. എന്റെ നിഴലിന്റെ ചനലങ്ങളായി പിന്തുടർന്നു. ചോക്കൻകിടങ്ങിന്റെ കാട്ടുവിടവിലൂടെ എന്റെ ഓരോ ചലനങ്ങളും ശ്രദ്ധിക്കാനും നിയന്ത്രിക്കാനും ഒരാളുണ്ടെന്ന ബോധം വല്ലാതെ സന്തോഷിപ്പിച്ചു. ജീവിതത്തിന് അടുക്കും ചിട്ടയും വന്നു. ജീവിതവും മനസും വർഷകാലം കഴിഞ്ഞ ആകാശം പോലെ കഴുകിവെളുത്തുനിന്നു.

* * *

ഒരിക്കൽ ഞാനെന്റെ കുഞ്ഞിക്കെഴുതി.

"കുഞ്ഞൂ വർഷങ്ങളായി നമ്മളൊന്നു വർത്തമാനം പറഞ്ഞിട്ട്. എനിക്ക് നിന്റെ ശബ്ദം അടുത്തുനിന്നൊന്ന് കേൾക്കണം. നിന്റെ നിശ്വാസമൊന്നു തട്ടണം. നീ എന്റെ മൂർധാവിൽ കൈവെച്ചനുഗ്രഹിക്കണം."

അവളെഴുതി–

"കള്ളക്കുട്ടാ. വേണ്ട നീ പഴയ ചെക്കനല്ല. മീശയും താടിയുമൊക്കെയുള്ള പുരുഷനാണ്. ഞാൻ പഴയ പെണ്ണുമല്ല. നമ്മളങ്ങനെ ഒരുമിച്ചു കൂടിക്കൂടാ."

ഞാനെഴുതി

"ഞാൻ നിന്റെ മോനല്ലേ. പിന്നെയെന്തിനാ പേടി?"

ഒടുവിലവൾ സമ്മതിച്ചു. നിലാവും മഴയുമുള്ള ഒരു പാതിരാവിൽ ഞങ്ങൾ ചോക്കൻകിളയിൽ ഒത്തുകൂടി.

ഞാൻ ചോദിച്ചു

"കുഞ്ഞൂ, ഞാൻ നിന്റെ ആരാണ്?"

"എന്താത്ര സംശ്യം? മോൻ!"

"നീയോ?"

"അമ്മ"

ആകാശത്തു ഇടിവെട്ടി

ഞാനവളിലേക്കു ചേർന്നു നിൽക്കാൻ ശ്രമിച്ചു. അവൾ കുറെക്കൂടി ദൂരത്തേക്ക് മാറിനിന്നു. എന്നിട്ട് ഒരു കള്ളച്ചിരിയോടെ പറഞ്ഞു.

"കള്ളക്കുട്ടാ വേണ്ട ഞാൻ അമ്മ മാത്രമല്ല, ഒരു വാല്യക്കാരത്തി പ്പെണ്ണുമാണ്."

"ഞാനെന്റെ അമ്മയെ ഒന്ന് ഉമ്മവച്ചോട്ടെ?"

"വേണ്ട. മുനീ, നെനക്ക് എന്തെങ്കിലും തോന്നും."

"എന്നാ ഞാനൊന്നു കൈപിടിച്ചോട്ടെ."

അവൾ കൈതന്നു. ആ ചെറിയ കൈകൾ ഞാനെന്റെ നെഞ്ചോടു ചേർത്തു. കണ്ണുകളടച്ചു. കണ്ണുകളിൽ കാർമേഘം നിരന്നു. കണ്ണുനീർ മഴയായി. മഴയിൽ എന്റെ നിയന്ത്രണങ്ങൾ നഷ്ടമായി. ഞാൻ ഓർക്കാപ്പുറത്ത് കുഞ്ഞുവിന്റെ കാലുകളിൽ വീണു കരഞ്ഞു.

"ഈ സ്നേഹം എനിക്കെന്നും തരണം. കുഞ്ഞൂ. ഈ സ്നേഹം എനിക്കെന്നും തരണം."

കരച്ചിലിനു ശബ്ദം മുളച്ചു. അവ മഴയുടെ താളവുമായി ഒത്തു ചേർന്നു. ചോക്കൻകിടങ്ങിൽ രാപാർത്ത കിളികൾ മാത്രം അവ വേർതിരിച്ചറിഞ്ഞു. അവർ ഉറക്കമുണർന്നു.

അവൾ ശാന്തമായി തലോടി. അവൾ കരയുന്നുണ്ടായിരുന്നില്ല.

ഞാൻ ചോദിച്ചു.

"കുഞ്ഞൂ, എന്നെങ്കിലും നീ ഈയിടം വിട്ടു പോവില്ലേ?"

അവളൊന്നും പറഞ്ഞില്ല.

"അന്നെനിക്ക് ആരാണ് അമ്മയാവുക. കുഞ്ഞൂ?"

"ഞാൻ കുഞ്ഞുനേരംകൊണ്ട് അങ്ങ് ദൂരെ പൊയ്ക്കോട്ടെ?"

"വേണ്ട, നിനക്ക് ഞാൻ നല്ലൊരു പെണ്ണിനെ കൊണ്ടുത്തരും. നല്ല പൊന്നുപോലെ ഒരു മോളെ. നിന്നെ സ്നേഹംകൊണ്ടു കുളിപ്പിക്കുന്ന ഒരു പെണ്ണിനെ. നെറ്റിയിൽ സിന്ദൂരം ചാർത്താത്ത, മെടഞ്ഞിടാത്ത മുടിയിൽ മക്കനയിടുന്ന ഒരു പെണ്ണിനെ. നല്ലവെളുവെളുത്തൊരു പെണ്ണിനെ."

"വേണ്ട കുഞ്ഞൂ. എനിക്കു നീ മതി. കറുത്തിട്ടാണെങ്കിലും നിനക്ക് സ്വർണനിറമാണ്. നെറ്റിയിൽ പൊട്ടുകുത്തുമെങ്കിലും നീ മാപ്ളച്ചിയാണ്. ആരും കാണാത്ത ലോകത്ത് നമുക്ക്..."

"അങ്ങനെയൊന്നും ചിന്തിക്കാതെ മുനീ. എനിക്കു പകരം ഒരെന്നെ ഏൽപ്പിച്ചിട്ടേ ഞാൻ പോകു... പോരേ?"

* * *

ചോക്കൻകിളയിലെ കാടുകൾക്കിടയിൽ വർത്തമാനം പറയുന്ന രണ്ടു കണ്ണുകൾ ആരുടെയൊക്കെയോ ശ്രദ്ധയിൽപ്പെട്ടിരുന്നു. പലർക്കും സംശയമായിരുന്നു. ആ പെണ്ണെന്തിനാണ് കിളയുടെ കാട്ടിൽ നോക്കിയിരുന്നതെന്ന് ചോക്കൻ വീട്ടുകാരും ഈ ചെക്കനെന്തിനാണ് കിളയുടെ ഭാഗത്തേക്ക് നോക്കിയിരുന്നതെന്ന് എന്റെ വീട്ടുകാരും മനസുകൊണ്ട് സംശയിച്ചുകൊണ്ടിരുന്നു. പക്ഷേ, ആരും ഈ സംശയം പരസ്പരം ഉരിയാടിയില്ല. അതൊരു അവിശ്വസനീയമായ സംശയമാണ് എന്ന് അവർ അവരോടുതന്നെ പറഞ്ഞിരിക്കും.

ചോക്കൻകിളയും കടന്ന് പോകുന്ന കുഞ്ഞുലക്ഷ്മിയുടെ കൊച്ചനുജനെ ആരും ശ്രദ്ധിച്ചില്ല. ഒരിക്കൽ അവളെഴുതി:

"എന്നെ സംശയിച്ചുതുടങ്ങിയിരിക്കുന്നു. വീട്ടിൽ ചിലരൊക്കെ അടക്കം പറയുന്നുണ്ട്. അവർ തിരക്കിട്ട് എന്റെ വിവാഹക്കാര്യമാലോചിക്കുന്നു."

വളരെ തിടുക്കത്തിൽ മറ്റൊരു കത്തുകൂടി കുഞ്ഞുലക്ഷ്മി എഴുതി:

"എന്നെ കാണാൻ ചെക്കൻ വരുന്നു. എനിക്കു മനസിനു തീരെ ബലം കിട്ടുന്നില്ല. എന്നെ ഞാൻ തന്നെ അമ്പരപ്പിച്ചുകൊണ്ട് വല്ലാതെ തളർന്നു പോകുന്നു. ഞാനൊരു ശരാശരി പൈങ്കിളിപ്പെണ്ണിനെപ്പോലെ ചിന്തിക്കുന്നു. ഞാൻ മച്ചകത്തെ ഉത്തരത്തിലേക്കു നോക്കുന്നു. എത്ര മുളം കയറ് വേണ്ടിവരുമെന്ന് കണക്കുകൂട്ടുന്നു... പിന്നെ.. എന്റെ മോനെയോർക്കുമ്പോൾ ഞാൻ ശാന്തയാവുന്നു."

* * *

ഞാൻ ഉറക്കം വരാതെ തിരിഞ്ഞും മറിഞ്ഞും കിടക്കുകയാണ്. ഇനി രണ്ടുദിവസം. മൂന്നാം ദിവസം കുഞ്ഞുവിന് ഒരാളു വരും. കുഞ്ഞു സമ്മതിച്ചാലും ഇല്ലെങ്കിലും അവൾക്ക് പോകേണ്ടി വരും. അവൾ പോകുമോ?

അവൾ പോകുമോ?

ഈ ചോദ്യത്തിൽ കിടന്ന് ഞാനുറങ്ങി. മച്ചകത്തെ ഉത്തരത്തിൽ തങ്ങിനിൽക്കുന്ന രൂപം കണ്ട് അലറിയുണർന്നു. അലർച്ച ആരും കേട്ടിരുന്നില്ല. അതെ, ഈ വീട്ടിൽ ഒരാൾ മറ്റൊരാളുടെ നിലവിളി കേൾക്കുന്നില്ല.

ഉഷ്ണംകൊണ്ട് വെന്തുപോകാറായിരുന്നു.

സമയമെന്തായിക്കാണും?

ക്ലോക്കിൽ നേരം മുട്ടി. സമയം അഞ്ച്. പുലരാൻ കാലം. ഈ പുലർച്ചയുടെ ഓർമകളിലെവിടെയോ എന്റെ കുഞ്ഞുലക്ഷ്മിയുണ്ട്.

ജാലകവാതിൽ തുറന്നു.

ചോക്കൻകിടങ്ങിനപ്പുറം ഒരു വെളിച്ചകീറ്.

മനസിൽ അടക്കാനാവാത്ത ആശയുണർന്നു. മനസും തൃഷ്ണയും ഒരേ ബിന്ദുവിലായി.

ആ വെളിച്ചം അടുക്കളയിൽനിന്നാണ്. ചോക്കൻവീട്ടിൽ ആദ്യമുണരുന്നതും അവസാനമുറങ്ങുന്നതും കുഞ്ഞുലക്ഷ്മിയാണ്. നാലരമണിക്കെഴുന്നേൽക്കും. ചോക്കൻവീട്ടുകാരെഴുന്നേൽക്കുമ്പോഴേക്കും പ്രാതൽ റെഡി. കുഞ്ഞുലക്ഷ്മി മുറ്റമടിക്കുന്ന ശബ്ദം കേട്ട് ചോക്കൻവീട്ടുകാരുണരുന്നു. ചോക്കൻവീട്ടിലെ നിറവിളക്കായി തെളിയുന്നു.

ചോക്കൻവീട്ടിൽ വിളക്ക്. മനസിൽ തൃഷ്ണ, ഒന്നു കാണണം. നേരം അഞ്ച്. പുലർച്ച തെളിഞ്ഞിട്ടില്ല. സർവരും മയങ്ങുന്നു. ഞാനും കുഞ്ഞുവും ഉണർന്നിരിക്കുന്നു. മനസ്സ് വിളിച്ചു പറഞ്ഞു.

പോകരുത്. ഇത് ഉണർച്ചയുടെ യാമമാണ്. ആരുടെയെങ്കിലും ശ്രദ്ധ

യിൽപ്പെട്ടാൽ...

ഇല്ല. പോകണം.

പോയി, ബോധവും തൃഷ്ണയും കൂടിക്കലങ്ങിയ ബിന്ദുവിലേക്കു ഒരു സ്വപ്നാടകനെപ്പോലെ ഞാൻ നീങ്ങി. ചോക്കൻകിടങ്ങും കഴിഞ്ഞ് അവളുടെ വീട്ടുമുറ്റത്തേക്ക് ഞാൻ കാലെടുത്തുവെച്ചു. ഒരുനിമിഷം കാലുകൾ തരിച്ചുപോയി. വർഷങ്ങൾക്കുമുമ്പ് ഗോട്ടികളിച്ചു നടന്ന മുറ്റം. കണ്ണാരംപൊത്തി നടന്ന മുറ്റം. ഉപ്പോസോഡി കളിച്ച മുറ്റം. ബാല്യത്തിന്റെ തൂവലുകൾ ഈ മുറ്റത്ത് ചിതറിക്കിടക്കുന്നു. ഞാൻ ഒരുനിമിഷം ചെറുതായി നിന്നു. പിന്നെ അടുക്കളപ്പുറത്തെ വെളിച്ചത്തിലേക്ക് പാളി നോക്കി.

അടുക്കളയിൽ അവൾ മാത്രമേയുള്ളൂ.

വാതിലിൽ മുട്ടണോ?

എന്തിനാണിപ്പോൾ കുഞ്ഞുവിനെ വിളിക്കുന്നത്?

കണ്ടല്ലോ. മടങ്ങിപ്പോകാം.

പക്ഷേ കാലുകൾ തറഞ്ഞുനിന്നു. വാതിലിൽ നിന്നുപതിയെ വിളിച്ചു:

"കുഞ്ഞൂ..."

ആ ശബ്ദം കുഞ്ഞു തിരിച്ചറിഞ്ഞു. കുഞ്ഞുവിന്റെ മുഖത്ത് വേവലാതി കലർന്ന ഒരു ചിരിയുണ്ടായിരുന്നു.

"ഹെന്താ, മുനീ, ഇപ്പോ ഇവ്ടെ?"

"വെറ്തെ, ഒന്ന് കാണാൻ..."

"പോയ്ക്കോ, അച്ഛനുണരും.. അമ്മയുണരും... ഏട്ടനുണരും..."

"ഉണർന്നോട്ടെ. ഞാൻ തോന്ന്യാസം കാട്ടാൻ വന്ന പുരുഷനല്ല. കുഞ്ഞൂനെ കാണാൻ വന്ന കുട്ടിയാണ്."

"പൊയ്ക്കോ മുനീ, നെന്റെ മുഖം പ്രാന്ത് പിടിച്ചതുപോലെയുണ്ട്. ഞാനല്ലേ പറേന്നേ, പൊയ്ക്കോ."

ഞാൻ പോയില്ല.

ഞാൻ ഇരുട്ടിലിരുന്ന് എന്റെ കുഞ്ഞുവിന്റെ വേവലാതികൾ ഒരു ചെറുചിരിയോടെ നോക്കിനിന്നു.

പെട്ടെന്ന് അടുക്കളപ്പുറത്തെ വിളക്കുതെളിഞ്ഞു. വെളിച്ചത്തിൽ പകച്ചുനിൽക്കേ കണാരേട്ടൻ ചാടിവന്നു. പിന്നെ കഴുത്തടക്കം ചേർത്തുപിടിച്ച് ഒച്ചവെച്ചു. അയാൾ കിതയ്ക്കുന്നുണ്ടായിരുന്നു. കണാരേട്ടന്റെ ഒച്ച ഏട്ടനനിയന്മാരെ ഉണർത്തി.

"വാടാ സുനീ, വാടാ സുമേശാ, വാ കിട്ടി കള്ളനെ കിട്ടി."

ഞാൻ കണാരേട്ടന്റെ ബലിഷ്ഠമായ കൈകളിൽ ഞെരുങ്ങി.

കുഞ്ഞുലക്ഷ്മി കരഞ്ഞു. അവൾ അച്ഛനെ ദീനമായി കയറിപ്പിടിക്കുകയും എന്റെ ഞെരുങ്ങുന്ന കഴുത്തിൽനിന്ന് കൈകൾ വേർപെടുത്തുകയും ചെയ്തു. കൈകളിൽ നിന്ന് കഴുത്ത് വിമുക്തമായി. എന്നിട്ടും ഞാൻ രക്ഷപ്പെട്ടില്ല.

അവൾ ദൈന്യമായി കരഞ്ഞു.

"ഓടിക്കോ മുനീ.. ഓടിക്കോ."

ഞാനോടിയില്ല.

അവൾ പറഞ്ഞു.

“എന്നോട് ഇത്തിരിയെങ്കിലും ഇഷ്ടമുണ്ടെങ്കിൽ.. പൊയ്ക്കോ...”

പൊടുന്നനെ ഒരു സ്നേഹശ്രുതിയിൽ ഞാനുണർന്നു.

ചോക്കൻകിളവരെ ഞാനോടി. പിന്നെ നടന്നു. പിന്നിൽ അവർ കൂട്ടം കൂടി വന്നു. അവർ ടോർച്ചുമായി പിന്തുടർന്നു.

ഞാൻ നടന്നു നിരത്തുകയറി. അവർ എനിക്കു തൊട്ടുപിന്നിൽ പകയുടെ കിതപ്പുമായി വരുന്നത് ഞാനറിയുന്നുണ്ടായിരുന്നു. ഓടി രക്ഷപ്പെടാനുള്ള കരുത്തുണ്ടായിട്ടും ശാന്തമായി ഞാൻ നടന്നു.

നിരത്തുവിളക്കിൻ കീഴെ ഞാൻ നിന്നു. കണാരേട്ടനോടും സുനിലിനോടും എനിക്ക് കുറെ കാര്യങ്ങൾ പറയണമെന്നുണ്ടായിരുന്നു.

നിരത്തുവെളിച്ചത്തിൽ വിജനതയിൽ അവരെന്നെ വളഞ്ഞു. അവരുടെ കണ്ണുകളിലൂടെ സൂചിമുനകളിറങ്ങി.

“പാതിരാ നേരത്തെന്താടാ അന്യന്റെ വീട്ടിൽ കാര്യം?”

ഞാൻ പറഞ്ഞു.

“ഞാൻ കുഞ്ഞുലക്ഷ്മിയെ കാണാൻ വന്നതാ.”

അവർ ഉത്തരമില്ലാതെ പകച്ചു. കണാരേട്ടനു ദേഷ്യം കയറി ബോധം നശിച്ചിരുന്നു. അയാൾ വികാരംകൊണ്ടു തുള്ളി; അയാൾ നാലു സെല്ലിന്റെ ടോർച്ച് എന്റെ മുഖത്തേക്കു വീശി.

മുഖം തകർന്നു. ഞരമ്പുപൊട്ടി ചുടുചോര കിനിയുന്നത് ശാന്തമായി നിന്നു ഞാനറിഞ്ഞു.

“നായിന്റെ മോനേ. എന്താ നിന്റെ പരിപാടി?”

ഞാൻ പറഞ്ഞു:

“സുനീ വെറുതെ പ്രശ്നമുണ്ടാക്കരുത്. ഞാനെന്തും ചെയ്യാം. എന്തും തരാം. എന്റെ കുഞ്ഞുലക്ഷ്മിയെ എനിക്കു തരണം. അവളെ പൊന്നുപോലെ ഞാൻ പോറ്റും.”

അവരുടെ വികാരങ്ങളിൽ എന്റെ വാക്കുകൾ എണ്ണയായി ആളി.

ഞാൻ കാണുന്നുണ്ടായിരുന്നു. സുമേഷിന്റെ നേതൃത്വത്തിൽ ഒരു സംഘം. അവരുടെ കൈയിൽ ആയുധങ്ങളുണ്ടായിരുന്നു. കുറുവടികൾ, കുന്തം.

അപ്പോഴേക്കും മറ്റൊരടികൂടി വീണുകഴിഞ്ഞിരുന്നു. അവർ കൂട്ടം ചേർന്നുനിന്നു തിളച്ചു. അവർ ലക്കുകെട്ടവരായി വിറകൊണ്ടു. ഞാൻ നിസ്സംഗനായി നിന്നുകൊടുത്തു. അവരെന്റെ കുപ്പായം വലിച്ചുകീറി. ഒരു കൂറ്റൻ അറവുമൃഗത്തെയെന്നപോലെ തോളിലിട്ടു വരിഞ്ഞു. എന്റെ മനസിൽ നിന്ന് കുഞ്ഞുലക്ഷ്മി പറയുന്നുണ്ടായിരുന്നു.

തല്ലിക്കോട്ടെ അവര് തല്ലിക്കോട്ടെ.

“നിനക്ക് കുഞ്ഞിനെ വേണം, ഇല്ലേടാ/”

കണാരേട്ടന്റെ ശബ്ദം മാത്രം കൂട്ടത്തിൽ നിന്നു വേറിട്ടു നിൽക്കുന്നു.

മനസിൽ നിന്നു കുഞ്ഞുലക്ഷ്മി പറഞ്ഞു.

“മുനീ, വേണമെന്ന് ഉച്ചത്തിൽ പറ.”

“വേണം.”

അപ്പോഴേക്കും കയറുമായി വേറൊരാൾക്കൂട്ടവുമെത്തി. അവർ സുഹബ് നമസ്കാരം കഴിഞ്ഞിറങ്ങിയവരായിരുന്നു.

അവരെന്നെ വരിഞ്ഞുകെട്ടി. എന്റെ മുഖം നിറയെ ചോരയായിരുന്നു.

പ്രഭാതം കണ്ണുതുറക്കുന്ന മഞ്ഞവെളിച്ചം.

ഫാക്ടറിക്കുഴലിലൂടെ ആറുമണി കൂവി. തൊഴിലാളികൾ പുറത്തേക്കിറങ്ങി. അവർ വഴിയോരത്തെ കാഴ്ചയിലേക്കു ശ്രദ്ധാലുക്കളായി.

അവരന്വേഷിക്കുകയാണ്

"എന്താണ്? എന്താണ് പ്രശ്നം?"

"ഒര് വാല്യക്കാരത്തി വീട്ടിലുണ്ടായിപ്പോയീന്ന് കര്തി സ്വസ്ഥായിട്ട് ഉറങ്ങിക്കൂടാന്ന്ണ്ടോ?"

"ഇത് നിങ്ങളെ വീട്ടിനപ്പുറത്തെ.."

"എന്തേ, ന്തു പറ്റീദാ? തെളിച്ചുപറ."

കണാരേട്ടൻ തെളിച്ചുപറഞ്ഞു:

"വീട്ടിലുള്ള ന്റെ പെണ്ണിനെ ശല്യാക്കാൻ തൊടങ്ങീട്ട് കാലം കൊറച്ചായി. ഇന്ന് കിട്ടി."

"അത് ശരി..."

ജനക്കൂട്ടത്തിന്റെ വായിൽ പുച്ഛം കേറി നിന്നു. അവർ വികൃതമായി കോട്ടി.

അവർ കൂട്ടംകൂടി നിന്ന് ഒന്നായി.

അവരിൽ എല്ലാവരുമുണ്ടായിരുന്നു.

"ഇവ്നൊരു മാന്യനാണെന്നല്ലേ കേട്ടത്?"

"കതയെഴ്ത്യാ മാത്രം മാന്യനാവൂല്ലെടാ. മാന്യത കതയെഴ്ത്യാ കിട്ടൂല."

"ഇവനെപ്പോലത്തോനെ നാട്ടില് കലാപക്കൊടി പൊന്തിക്കുന്നത്."

എന്റെ തല അബോധാവസ്ഥയ്ക്കും ബോധാവസ്ഥയ്ക്കും മധ്യേ കുഴഞ്ഞു കിടന്നു.

ആൾക്കൂട്ടത്തിൽ നിന്നൊരാൾ വെള്ളവുമായി വന്നു.

അവർ എന്റെ മുഖത്തേക്കു വെള്ളം തളിച്ചു. വെള്ളത്തിൽ ആരോ മുളകുപൊടിയിട്ടിരുന്നു. എരിച്ചിൽ. ഇടയ്ക്ക് ഞാനുണർന്നു. പിന്നെ കാഴ്ച നശിച്ചു കിടന്നു.

* * *

ചുറ്റിവരിഞ്ഞ കയറുകൾ അഴിയുകയാണ്. ഞാനിപ്പോൾ സ്വതന്ത്രനാണ്. എന്നിട്ടും ബന്ധനാവസ്ഥയിലെന്നപോലെ തളർന്നു കിടക്കുന്നു. എന്നെ എനിക്കിപ്പോൾ കാണാം. വല്ലാത്തൊരു തളർച്ചയോടെ ഞാൻ എന്നിൽനിന്നും വേർപെടുകയാണ്. ആ തളർച്ചയിൽ ഒരു മുറി തെളിഞ്ഞുതെളിഞ്ഞു വന്നു. എന്റെ എഴുത്തുമുറി.

ഇപ്പോൾ ഞാനൊരു കഥയെഴുതാൻ ശ്രമിക്കുകയാണ്. പുറത്ത് ബഹളമാണ്. ബഹളം കൂട്ടുന്നവരിൽ പരിചിതരും അപരിചിതരുമുണ്ട്. ചിലരൊക്കെ പൊലീസിനു വിവരമറിയിക്കാനാണു പറയുന്നത്.

www.ingramcontent.com/pod-product-compliance
Lightning Source LLC
LaVergne TN
LVHW060420051026
849518LV00007B/2627